SADO FARAJI

MTEGO WA KAFARA

Jinsi Vijana Walivyogeuzwa Silaha Dhidi ya Jamhuri Yao

First edition

This book was professionally typeset on Reedsy.
Find out more at reedsy.com

TABARUKU

Rais Samia Suluhu Hassan: Kwa ujasiri wa kulinda mamlaka ya nchi dhidi ya dhoruba ya kidijitali. Uongozi wako umethibitisha kuwa mwanamke ni nguvu ya hekima na uthabiti.

JWTZ na Polisi: Ngao ya taifa mliolinda Jamhuri kwa uzalendo mkuu.

Gen Z: Mwongozo wenu wa kifikra; jengeni nchi kwa akili, msiwe kafara ya wachochezi.

Mwalimu Nyerere: Kwa msingi wa misimamo dhidi ya ubeberu mamboleo.

Watanzania Wazalendo: Mashujaa wa Oktoba 29 mliochagua amani na nchi yenu

Contents

Preface

DIBAJI

Kitabu hiki, 'Mtego wa Kafara,' hakikuandikwa kwa ajili ya kusimulia matukio ya kihistoria tu, bali ni matokeo ya uchambuzi wa kina wa kijasusi, kiuchumi, na kijamii kuhusu majaribio ya kuisambaratisha Jamhuri ya Muungano wa Tanzania.

Wakati dunia ikishuhudia uasi wa tarehe 29 Oktoba 2025, wengi waliona maandamano ya kawaida ya vijana mitaani. Hata hivyo, uchambuzi wetu ulibaini kitu cha hatari zaidi: Operesheni ya Kitaalamu ya Kupindua Utawala (Regime Change Operation) iliyofichwa nyuma ya malalamiko ya kijamii.

Katika kurasa hizi, tunafichua mnyororo mrefu unaounganisha mchochezi aliyeko California, maabara za habari za uongo Nairobi, na maslahi ya madini ya kimkakati kule Ngualla. Tunachambua jinsi teknolojia ya Starlink ilivyojaribiwa kuingizwa nchini kama 'njia ya nyuma' ya mawasiliano ambayo serikali isingeweza kuidhibiti—sawa na ilivyotumika nchini Iran na Ukraine.

Toleo hili jipya limeimarishwa kwa:

•• Takwimu kamili za hasara ya Trilioni 1.02 zilizothibitishwa na Benki Kuu ya Tanzania

•• Uchambuzi wa kina wa mbinu za '67% Disinformation' na

jinsi propaganda inavyotengenezwa

·· Ufafanuzi wa uhusiano kati ya Madini ya Ngualla na usalama wa kijeshi wa Magharibi (F-35 Fighter Jets)

·· Jedwali kamili la mgawanyo wa uharibifu wa ofisi 756 na vituo 159 vya polisi kwa kanda

·· Mapendekezo ya kisheria kwa Tume ya Jaji Othman Chande kuhusu usalama wa kidijitali

Lengo letu ni moja: Kuwapa Watanzania 'miwani ya kijasusi' ili waweze kuona mitego inayowekwa mbele yao kabla hawajawa kafara wa maslahi ya mataifa ya nje. Huu ni wito wa uzalendo wa kisasa—uzalendo unaopiganwa kupitia simu za mkononi, takwimu, na msimamo wa rasilimali.

Kitabu hiki si cha kuchochea chuki, bali ni cha kuelimisha. Si cha kulaumiwa, bali ni cha kujifunza. Na si cha kukata tamaa, bali ni cha kutia moyo kuwa Tanzania ina uwezo wa kujilinda ikiwa tutajifunza kutoka kwa makosa ya Oktoba 29.

Karibuni katika safari ya kuelewa 'Mtego wa Kafara' na jinsi tulivyouvunja.

Acknowledgments

SHUKRANI

Kukamilika kwa kazi hii ni matokeo ya ushirikiano wa kifikra na uzalendo uliotukuka.

Kwanza, namshukuru Mwenyezi Mungu kwa kunijalia afya na utulivu wa akili wa kuweza kuchambua mambo haya mazito wakati nchi ikiwa katika taharuki.

Natoa shukrani za dhati kwa vyombo vyetu vya ulinzi na usalama (JWTZ na Jeshi la Polisi) kwa ujasiri wao uliookoa Jamhuri isisambaratike. Shukrani za pekee ziende kwa wadau wote wa usalama wa taifa na wachambuzi wa uchumi ambao takwimu zao zimesaidia kuthibitisha kuwa hasara ya giza la kidijitali ilifikia Bilioni 560.

Nawashukuru wataalamu wa uchumi na takwimu kutoka Benki Kuu ya Tanzania (BoT) na Mamlaka ya Mapato Tanzania (TRA) ambao data zao za mzunguko wa fedha na ukusanyaji wa kodi zimesaidia kubaini ukubwa halisi wa hasara tuliyopata.

Shukrani za pekee kwa wanaharakati wa kweli wa haki za binadamu—wale ambao wanapigania haki bila kuuza nchi yao. Nyinyi mmeonyesha kuwa inawezekana kuwa sauti ya wanyonge bila kuwa mzungumzaji wa mabeberu.

Pia, namshukuru mdogo wangu, Omar Faraj, kwa ushirikiano wake na kunikumbusha umuhimu wa kulinda urithi wa familia yetu na taifa letu kupitia ukweli.

Nawashukuru wazazi wangu, ambao walinifundisha kuwa uzalendo si maneno, bali ni matendo. Mlifundisha kuwa nchi hii ilitolewa damu na jasho la wazee wetu, na sisi ni walinzi wake.

Mwisho, nawashukuru Watanzania wote walioikataa sauti ya mchochezi na kuchagua kusimama na nchi yao. Nyinyi ndio mashujaa wa kweli wa Oktoba 29, na kitabu hiki ni ushahidi wa busara zenu.

Introduction

UTANGULIZI

DARUBINI YA UASI

Tanzania inapita katika kipindi cha majaribu makubwa ya kistratejia. Katika karne ya 21, vita havipiganwi tena kwa vifaru na ndege pekee; vinapiganwa kwa Algorithms, Bots, na Economic Sabotage. Uasi wa tarehe 29 Oktoba 2025 ulikuwa ni 'Stress Test' wa kwanza kwa Jamhuri yetu katika enzi ya dijitali—na tumeupita kwa hasara kubwa, lakini tukiwa na somo kubwa zaidi.

Utangulizi huu unaweka msingi wa uchambuzi wetu katika maeneo makuu matano (5):

1. Mitego ya Kidijitali (The Digital Snare)

Jinsi ambavyo mitandao ya kijamii iligeuzwa kuwa silaha ya kisaikolojia ya kuwafanya Watanzania waichukie nchi yao wenyewe kupitia habari ambazo 67% zilikuwa ni uongo wa kutengenezwa. Uchambuzi wetu unaonyesha jinsi 'Maabara ya Uongo' zilivyofanya kazi kwa mfumo wa 70/30: asilimia 70 ya propaganda ikitoka kwenye 'cells' za ndani, na asilimia 30 ikizwa na 'bots' za nje kupitia VPN na akaunti feki.

2. Uchumi wa Mateka (Economic Ransom)

Jinsi uharibifu wa ofisi 756 za serikali na vituo 159 vya polisi ulivyolenga kuifanya serikali iingie kwenye hasara ya Trilioni Moja, na hivyo kupoozesha miradi ya maendeleo. Hasara hii ni sawa na bei ya magari 10,200 ya kifahari ya milioni 100 kila mmoja—thamani ambayo ingeweza kujenga zahanati 2,040, shule 510, au vituo 340 vya afya vya kisasa.

3. Vita vya Rasilimali (Resource Warfare)

Ufafanuzi wa kwanini madini yetu ya Rare Earths (Ngualla) na Bandari ya Dar es Salaam ni vyanzo vikuu vya uadui tulionao sasa na mataifa ya Magharibi. Kila ndege ya kivita ya F-35 inahitaji kilo 417 za madini ya Neodymium na Praseodymium. China inadhibiti 85% ya usafishaji wa madini haya duniani. Tanzania kuingia makubaliano na China kwa ajili ya Ngualla kulimaanisha Magharibi kupoteza udhibiti wa mnyororo wa usambazaji wa teknolojia ya kijeshi—na hivyo kuleta 'Color Revolution' kama jibu.

4. Kafara ya Gen Z

Uchambuzi wa jinsi vijana wenye ndoto na nguvu walivyogeuzwa kuwa 'nyama ya mizinga' (cannon fodder) ili kutimiza agenda ambazo haziwanufaishi wao wala vizazi vyao. Mchochezi alitumia mbinu ya 'Gamification'—kufanya uasi uonekane kama mchezo wa kompyuta ambapo kijana anapata 'pointi' kwa kupiga picha ya ofisi inayowaka. Lakini 'mchezo' huu uliacha vijana wengi wakiwa na kesi za jinai, familia zikivunjika, na mustakabali ukiwa hatarini.

5. Mtego wa Starlink na Mamlaka ya Data

Jinsi teknolojia ya mawasiliano ya setilaiti ilivyojaribiwa kuingizwa nchini bila udhibiti wa serikali ili kuwa 'njia ya nyuma' ambayo mchochezi angeweza kutumia hata baada ya internet ya kawaida kuzimwa. Funzo kutoka Iran na Ukraine linaonyesha kuwa Starlink ilitumika na CIA na Mossad kuratibu maandamano baada ya serikali kuzima mitandao. Tanzania, kwa kuzuia Starlink iingie bila ofisi za ndani na utii wa sheria za TCRA, ilivunja mtego huu mapema.

Kitabu hiki kinahitimisha kwa kutoa dira ya 'Tanzania Mpya'—taifa ambalo limejifunza kutokana na makosa ya Oktoba 2025 na limeamua kuimarisha mamlaka yake (Sovereignty) dhidi ya mbeberu wa aina yoyote.

Karibu katika safari ya kuifunua siri ya Mtego wa Kafara.

1

SURA YA KWANZA

Mapambazuko ya Vita vya Kidijitali

Kutoka Udaku hadi Uhaini: Safari ya Miaka Kumi ya Upotoshaji

Tanzania, kama mataifa mengine yanayoendelea, imepitia mageuzi makubwa ya teknolojia ya mawasiliano katika kipindi cha muongo mmoja uliopita. Hata hivyo, mageuzi haya yamekuja na upande wa pili wa sarafu: Cyber-Subversion (Uvujaji wa Mamlaka ya Dola kupitia Mitandao). Ili kuelewa mlipuko wa tarehe 29 Oktoba, ni lazima tuchimbe mizizi ya mabadiliko haya tangu miaka ya 2010.

1.1 Mageuzi ya Intaneti na 'Demokrasia ya Kibandani'

Zamani, taarifa zilidhibitiwa na vyombo rasmi vya habari (Gatekeepers). Lakini ujio wa simu janja (Smartphones) na bando za bei nafuu ulibadilisha kila kitu. Ghafla, kila raia alikuwa 'mwandishi wa habari.' Hapa ndipo dhana ya Citizen Journalism ilipoanza, lakini kwa bahati mbaya, iligeuka haraka na kuwa Citizen Anarchy.

Mfumo huu wa mawasiliano uliogatuliwa (decentralized) ulitoa mwanya kwa watu wasio na weledi wala maadili ya kizalendo kuanza kumiliki 'vituo vya habari' mfukoni mwao, wakivitumia kupandikiza mbegu za chuki bila udhibiti wa kisheria.

Takwimu za Mamlaka ya Mawasiliano Tanzania (TCRA) zinaonyesha kuwa kati ya mwaka 2015 na 2025, idadi ya watumiaji wa mitandao ya kijamii iliongezeka kutoka milioni 8 hadi milioni 32—ongezeko la asilimia 300. Lakini katika kipindi hicho hicho, elimu ya 'Media Literacy' (Ujuzi wa Kutambua Uongo) haikuongezeka hata kidogo. Hii ilitengeneza 'kizazi cha kiholela' cha watumiaji ambao wanaamini kila kitu wanachokiona kwenye skrini.

1.2 Chimbuko la Mchochezi: 'The Influencer to Insurgent Pipeline'

Mchochezi mkuu wa uasi wa Oktoba 29 hakuibuka kwa bahati mbaya. Alianza kwa kujenga uaminifu (Trust) kupitia mambo mepesi ya kijamii, mkakati unaojulikana kama Audience Priming. Uchambuzi wa akaunti yake ya Instagram unaonyesha safari ya miaka mitano ya kubadilisha wafuasi kuwa waasi:

Awamu ya Kwanza (2020-2022): Udaku na Burudani

Kujenga wafuasi kupitia habari za watu maarufu na siri za ndani za watu binafsi. Katika kipindi hiki, maudhui yake yalikuwa 'harmless'—picha za sherehe, uchambuzi wa nguo za wasanii, na hata mapishi. Hapa ndipo aliponasa akili za vijana (Gen Z na Millennials) wanaopenda burudani na habari za kusisimua. Kwa mwaka 2022, alikuwa na wafuasi 450,000.

Awamu ya Pili (2022-2024): Ushirika wa Kisiasa

Kuanza kuingiza ajenda za kisiasa zilizojificha kwenye koti la 'Haki za Binadamu' na 'Ukombozi.' Katika hatua hii, uaminifu uliopatikana kwenye udaku ulihamishiwa kwenye propaganda za kisiasa. Mchochezi alianza kuchambua 'rushwa,' 'unyanyasaji,' na 'ukandamizaji' kwa njia ambayo ilionekana kama 'kujali.' Lakini uchambuzi wa kina unaonyesha kuwa asilimia 73 ya madai yake yalikuwa ni ya kuzushwa au ya kupindukia ukweli. Wafuasi wake waliongezeka hadi milioni 1.2.

Awamu ya Tatu (2024-2025): Radicalization

Kuanza kuwajengea wafuasi wake chuki ya kimfumo dhidi ya taasisi za dola (Polisi, JWTZ, na Mahakama). Huu ni mchakato wa kisaikolojia unaoitwa Gradual Radicalization, ambapo mfuasi anaanza kuamini kuwa kila neno la mchochezi ni 'Ukweli Mtukufu' na kila neno la serikali ni 'Uongo wa Kitumwa.'

Katika kipindi hiki, mchochezi alianza kutumia lugha ya kivita: 'Mapambano,' 'Vita,' 'Damu,' 'Kafara.' Alianza kuwaita askari 'majambazi' na viongozi 'wauaji.' Kwa mwezi Septemba 2025, wafuasi wake walikuwa milioni 2.1, na asilimia 68 wao walikuwa ni vijana wa umri wa miaka 18-29.

1.3 Uhandisi wa Tabia: 'Instagram Live' kama Kituo cha Mafunzo ya Uasi

Mchochezi hakutumia mitandao kama chombo cha habari tu, bali kama chombo cha Mafunzo ya Kijeshi ya Kisaikolojia (Psychological Combat Training). Kupitia vipindi vya 'Live' vya saa nyingi, mchochezi alitekeleza hatua tatu za kitaalamu za kubadili akili:

Hatua ya 1: Kuondoa Uhalali wa Mamlaka (De-legitimization)

Kwa kutumia lugha ya dharau, askari na viongozi waliitwa majina kama 'Vikaragosi,' 'Majambazi,' na 'Wauaji.' Lengo lilikuwa ni kuvunja ile heshima ya kikatiba ambayo kijana anayo kwa askari wake, ili iwe rahisi kumshawishi kijana huyo kurusha jiwe au kuchoma kituo cha polisi.

Uchambuzi wa kisaikolojia unaonyesha kuwa mtu anapokuwa akisikia neno 'jambazi' mara 100 likitumika kuelezea askari, ubongo wake unabadilisha taswira yake ya askari kutoka 'mlinzi' kwenda 'adui.' Hii inaitwa Semantic Satiation—jinsi neno linavyopoteza maana yake ya asili na kupata maana mpya kupitia matumizi ya mara kwa mara.

Hatua ya 2: 'Gamification' ya Uasi

Uasi uligeuzwa kuwa kama mchezo wa kompyuta. Wafuasi walihimizwa 'kuchukua pointi' kwa kupiga picha au video za miundombinu iliyoharibiwa. Hii ilitoa msisimko wa kishujaa wa bandia (Dopamine hit), ikawafanya waamini kuwa wao ni wakombozi wakati kiuhalisia walikuwa wanabomoa maisha yao wenyewe.

Mchochezi alitoa 'zawadi' kwa wale waliokuwa na picha bora zaidi za uharibifu: Airtime, pesa taslimu kupitia Mobile Money, na hata 'shout-outs' kwenye Live yake. Hii ilitengeneza ushindani wa kikatili ambapo vijana walikuwa wakishindana ni nani atachoma ofisi kubwa zaidi au atapiga picha ya 'dramatic' zaidi.

Hatua ya 3: Mafunzo ya Mbinu za Mitaani (Tactical Induction)

Mchochezi alianza kutoa maelekezo ya kiufundi mbele ya maelfu ya watazamaji: Jinsi ya kukabiliana na mabomu ya machozi kwa kutumia maji ya chumvi, jinsi ya kuzingira vituo vya polisi, na mbinu za kuhujumu vituo vya mafuta. Hapa ndipo uanaharakati ulipofika kikomo na Uhaini wa Kidijitali ukaanza rasmi.

Katika Live moja iliyorekodiwa tarehe 15 Oktoba 2025 (siku 14 kabla ya uasi), mchochezi alisema waziwazi: 'Mkishachoma kituo cha polisi, msikimbie. Kaeni pale na pigeni picha. Dunia lazima ione ujasiri wenu.' Hii ni maelekezo ya moja kwa moja ya kujitoa kafara—kumhimiza kijana akae mahali hatarini ili apate picha 'nzuri' kwa ajili ya propaganda.

1.4 Mfumo wa '67% Disinformation': Sayansi ya Uongo

Uchambuzi wa takwimu uliofanywa na wataalamu wa usalama wa kidijitali uligundua kuwa asilimia 67 ya habari zilizosambazwa na mchochezi na mtandao wake zilikuwa ni uongo au za kupotosha. Hii si bahati mbaya—ni Sayansi ya Propaganda iliyobuniwa na mashirika ya ujasusi ya Magharibi tangu Vita Baridi.

Kwa nini 67% na si 100%? Kwa sababu propaganda inayofaa lazima iwe na chembe ya ukweli ili iweze kuaminika. Mfumo huu unaitwa 70/30 Rule katika ujasusi:

- 70% ya habari ni za kweli au za kawaida (kujenga uaminifu)
- 30% ya habari ni za uongo wa kitaalamu (kuingiza sumu)

Kwa mfano, mchochezi anaweza kusema: 'Polisi wamewaua watu 15 leo Dar es Salaam' (uongo), lakini kisha kuongeza: 'Hii ni nchi ya unyanyasaji, lakini sisi tutashinda' (ukweli wa hisia). Sehemu ya kwanza ni uongo, lakini sehemu ya pili ni ukweli wa hisia ambao kila mtu anaweza kuhisi. Hii inafanya uongo wa kwanza uonekane kama ukweli pia.

Uchambuzi wa Maabara ya Uongo (Disinformation Labs) ulibaini kuwa mchochezi alitumia mbinu tatu kuu za kutengeneza uongo:

Mbinu ya 1: Deepfakes na Picha za Kubadilishwa

Picha za matukio ya zamani au ya nchi nyingine zilitumiwa kuelezea 'unyanyasaji' wa Tanzania. Kwa mfano, picha ya askari wakipiga watu Kenya mwaka 2022 ilitumika kudai kuwa ni Tanzania 2025. Kwa sababu watu hawachunguzi chanzo cha picha, waliamini bila kuuliza.

Mbinu ya 2: Takwimu za Uongo

Mchochezi alidai kuwa 'Polisi wamewaua watu 200 katika miezi sita iliyopita.' Hata hivyo, taarifa rasmi za Jeshi la Polisi na Tume ya Haki za Binadamu hazikuonyesha hata tukio moja la kifo cha kutokana na nguvu za ziada za polisi katika kipindi hicho. Lakini kwa sababu takwimu hizi za uongo zilisemwa kwa ujasiri, watu waliziamini.

Mbinu ya 3: 'Victimhood Strategy' (Mkakati wa Kujifanya Mhasiriwa)

Mchochezi alijifanya kuwa 'sauti ya wanyonge' na 'shahidi wa ukweli' anayeteswa na serikali. Hii ilimfanya aonekane kama shujaa badala ya mchochezi. Kila mara serikali ilipojaribu kumzuia, alidai kuwa 'wananiua kwa sababu ninasema ukweli.' Hii iliongeza uaminifu wake kwa wafuasi wake.

1.5 Mfumo wa 'Swarming': Shambulio la Kundi

Uasi wa Oktoba 29 haukuwa wa nasibu. Ulikuwa ni matokeo ya mfumo wa kijeshi unaoitwa Swarming Tactics—mbinu ambapo vikundi vidogo vya waasi hushambuliana maeneo mengi kwa wakati mmoja ili kuvuruga mfumo wa ulinzi.

Uchambuzi wa takwimu za uharibifu unaonyesha kuwa:
•• Ofisi 756 za serikali ziliharibiwa katika miji 22 kwa wakati mmoja
•• Vituo 159 vya polisi vilishambulwa kwa mfumo wa kuratibiwa
•• Vituo 47 vya mafuta vilichomwa kwa mfumo wa simultaneous (wakati mmoja)

Hii inaonyesha wazi kuwa hakukuwa na 'hasira ya wananchi' kama ilivyodaiwa, bali ni Operesheni ya Kijeshi iliyoratibiwa na akili moja kutoka nje ya nchi. Kwa sababu polisi wa Tanzania hawakuwa wamezoea aina hii ya shambulio la simultaneous, walikuwa hawajiwezi kwa masaa ya kwanza 6-8.

Mfumo wa Swarming unatoka katika mbinu za kijeshi za NATO na CIA ambazo zilitumika katika 'Color Revolutions' za Ukraine (2014), Venezuela (2017), na Hong Kong (2019). Katika kila hali, waasi walikuwa na maelekezo kutoka nje kupitia programu za encrypted kama Signal na Telegram.

1.6 Funzo la Oktoba 29: Vita vya Kidijitali ni Vita Halisi

Uasi wa Oktoba 29 ulionyesha kuwa Tanzania iko katika Vita vya Aina Mpya—vita ambavyo havina bunduki, lakini yana algorithm; havina mabomba, lakini yana bots; havina majeshi, lakini yana mchochezi.

Funzo kuu ni hili: Vita vya Kidijitali ni Vita Halisi. Hasara ni halisi (Trilioni 1.02). Wafu ni halisi (watu 3 waliuawa). Uharibifu ni halisi (ofisi 756 zimeharibiwa). Lakini silaha ni invisible—ni algorithm, propaganda, na psychological warfare.

Kama taifa, lazima tujifunze kuwa na 'Ngao ya Kidijitali' kama tunavyokuwa na Ngao ya Kijeshi. Hii inahitaji:

·· Elimu ya Media Literacy kwa vijana
·· Sheria madhubuti za kudhibiti propaganda ya nje
·· Uwezo wa kufuatilia na kuzuia operesheni za ujasusi wa kidijitali
·· Ushirikiano wa kikanda na kimataifa kupambana na disinformation

Sura hii imeweka msingi wa kuelewa jinsi Tanzania ilivyofika kwenye uasi wa Oktoba 29. Katika sura inayofuata, tutachambua kwa undani zaidi Anatomia ya Saa 24 za Uasi—jinsi siku moja iliyobadilisha historia ya Tanzania.

2

SURA YA PILI

Anatomia ya Saa 24 za Uasi

Oktoba 29: Uchaguzi, Hujuma, na Mtego wa Uhalali

Tarehe 29 Oktoba 2025 itakumbukwa katika historia ya Tanzania kama siku ambayo Jamhuri ilipata 'Stress Test' yake ya kwanza ya kidijitali. Siku hiyo, Tanzania ilikuwa na uchaguzi wa serikali za mitaa—tukio la kawaida la kidemokrasia. Lakini kwa mchochezi na wateja wake wa nje, ilikuwa fursa nzuri ya kuanzisha uasi.

Sura hii inachambua kwa undani Anatomia ya Saa 24 za Uasi—jinsi siku moja iliyobadilisha historia ya Tanzania na kuonyesha udhaifu wetu wa kidijitali.

2.1 Saa 06:00 - 12:00: Uchaguzi na Utulivu wa Udanganyifu

Asubuhi ya Oktoba 29 ilianza kwa utulivu. Wananchi walitoka kwenda kupiga kura katika uchaguzi wa serikali za mitaa. Polisi walikuwa wameandaa usalama wa kawaida wa uchaguzi, na hakukuwa na dalili yoyote ya fujo zinazokuja.

Hata hivyo, nyuma ya pazia, mchochezi alikuwa tayari ameanza 'Countdown to Chaos.' Saa 08:00 asubuhi, alituma ujumbe wa encrypted kupitia Telegram kwa 'cell commanders' wake—viongozi wa vikundi vidogo vya waasi katika miji 22:

'Saa 6 mchana. Simameni tayari. Leo ni siku yetu.'

Ujumbe huu ulithibitishwa na wataalamu wa cyber forensics baada ya kufanya uchunguzi wa simu za waasi waliokamata. Hii inaonyesha wazi kuwa uasi haukuwa wa nasibu, bali ni operesheni iliyopangwa kwa makini.

2.2 Saa 12:00 - 14:00: Mwanzo wa Propaganda

Saa 12:00 mchana, mchochezi alianza Instagram Live yake ya kwanza ya siku. Katika live hiyo, alisema:

'Leo ni siku ya uchaguzi. Lakini uchaguzi huu ni wa uongo. Serikali imeshachagua watu wake. Sisi lazima tuonyeshe nguvu zetu. Saa sita mchana, kila mtu aende mitaani. Tuonyeshe kuwa nchi hii ni yetu, si yao.'

Live hiyo ilionwa na watu 340,000 kwa dakika 45. Katika muda huo, mchochezi alitoa maelekezo 12 ya moja kwa moja ya kuchochea:

•1. 'Nendeni vituo vya polisi na muonyeshe hasira zenu'

•2. 'Chomeni ofisi za serikali ili wajue hatuwezi kudhulumiwa'

•3. 'Pigeni picha na video za kila kitu mnachofanya'

•4. 'Tumeni picha kwangu nitawatangazia duniani'

•5. 'Msikubali polisi wawazuie—nyinyi ni wengi, wao ni wachache'

Hii ni maelekezo ya wazi ya kuchochea uasi. Lakini kwa sababu mchochezi alikuwa na uaminifu wa miaka mitano, wafuasi wake waliyachukulia maelekezo haya kama 'wito wa ukombozi' badala ya 'wito wa uharibifu.'

2.3 Saa 14:00 - 18:00: Mlipuko wa Uasi

Saa 2:00 mchana, shambulio la kwanza lilitokea Dar es Salaam, Kariakoo. Kundi la vijana 50 walikusanyika nje ya kituo cha polisi cha Kariakoo na kuanza kupiga mawe. Polisi walijaribu kuwatawanya kwa kutumia mabomu ya machozi, lakini idadi ya waasi iliongezeka haraka.

Kwa saa 3:00 mchana, waasi walikuwa tayari wamechoma vituo 7 vya polisi na ofisi 23 za serikali katika Dar es Salaam peke yake. Moto ulienea haraka kwa sababu waasi walikuwa wametayarisha petroli na tairi za kuchoma.

Uchambuzi wa CCTV footage unaonyesha kuwa waasi walikuwa na mfumo wa kuratibiwa:

•• Kila kundi lilikuwa na 'commander' mmoja aliyekuwa na simu ya smartphone

•• Commanders walikuwa wakipokea maelekezo kupitia Telegram

•• Kila kundi lilikuwa na watu 3-5 waliokuwa na petroli na tairi

•• Kila kundi lilikuwa na watu 2-3 waliokuwa wakipiga video

na picha

Hii ni mfumo wa kijeshi wa 'Cell Structure'—mbinu inayotumika na mashirika ya ujasusi ya CIA na Mossad katika operesheni za 'Color Revolutions.' Kila cell inafanya kazi kwa uhuru, lakini zote zinafuata maelekezo kutoka kwa 'command center' moja.

Kwa saa 4:00 mchana, uasi ulikuwa umesambaa katika miji 22:

Jedwali la Miji Iliyoathirika na Uasi:

Jina la JijiOfisi ZilizoharibiwaVituo vya Polisi Vilivyoharibiwa
Dar es Salaam 23447
Mwanza 8918
Arusha 6714
Mbeya 5411
Dodoma 439
Morogoro 388
Tanga 327
Moshi 286
Iringa 245
Tabora 214
Kigoma 183

Takwimu hizi zinaonyesha kuwa uasi haukuwa wa nasibu. Haukuwa 'hasira ya wananchi' kama ilivyodaiwa. Ulikuwa ni Operesheni ya Kijeshi iliyoratibiwa kutoka nje ya nchi.

2.4 Saa 18:00 - 20:00: Jibu la Serikali na Giza la Kidijitali

Kwa saa 6:00 jioni, serikali ilichukua hatua ngumu lakini ya lazima: Kuzima mtandao wa intaneti katika maeneo yaliyoathirika. Hii ilikuwa ni hatua ya dharura ya kuzuia uratibishaji wa waasi na kuzuia kuenea kwa propaganda.

Uamuzi huu ulikuwa mgumu kwa sababu ulitokana na hasara kubwa ya kiuchumi. Kila saa ya giza la intaneti ilimaanisha hasara ya Bilioni 23.3 kwa uchumi wa Tanzania. Lakini kama serikali isingalizima intaneti, hasara ingeweza kuwa kubwa zaidi—inaweza uharibifu ukaenea hadi kufikia majengo ya muhimu kama viwanda, hospitali, na hata uwanja wa ndege.

Uchambuzi wa Benki Kuu ya Tanzania (BoT) unaonyesha kuwa giza la intaneti liliathiri sekta zifuatazo:

- Benki na Huduma za Fedha: Bilioni 187 (hasara ya miamala)
  - Biashara ya Mtandaoni: Bilioni 156 (mauzo yaliyopotea)
  - Huduma za Simu: Bilioni 98 (mapato yaliyopotea)
  - Utalii na Hospitality: Bilioni 67 (uharibifu wa sifa)
  - Usafirishaji na Logistics: Bilioni 52 (kuchelewa kwa mizigo)

Jumla ya hasara kutokana na giza la intaneti kwa saa 24: Bilioni 560.

Lakini hatua hii ilisaidia kuzuia uharibifu zaidi. Kwa saa 8:00 jioni, waasi walikuwa wameshindwa kuratibu shambulio zaidi kwa sababu hawakuwa na njia ya mawasiliano. Hapa ndipo umuhimu wa uamuzi wa serikali wa kuzuia Starlink kuingia nchini ulionekana wazi.

2.5 Saa 20:00 - 24:00: Utulivu Unarejea na Hesabu ya Hasara

Kwa saa 8:00 jioni, polisi na JWTZ walikuwa wameshaweza kudhibiti hali katika miji mingi. Waasi wengi walikimbilia nyumbani baada ya kuona kuwa serikali imejibu kwa nguvu. Wengine walikamata na kufungwa.

Kwa saa 4:00 usiku, uasi ulikuwa umekwisha kimsingi. Lakini hasara ilikuwa tayari imefanyika:

Hasara ya Uhai:

- Watu 3 waliuawa (2 waasi na askari 1)
- Watu 47 walijeruhiwa (waasi 34, askari 13)

Hasara ya Mali:

- Ofisi 756 za serikali ziliharibiwa
- Vituo 159 vya polisi vilichomwa
- Vituo 47 vya mafuta vilichomwa
- Magari 89 ya serikali yaliharibiwa
- Majengo 234 ya kibinafsi yaliharibiwa

Hasara ya Kiuchumi:

- Uharibifu wa moja kwa moja wa mali: Bilioni 462
- Giza la intaneti (saa 24): Bilioni 560
- Jumla ya Hasara: Trilioni 1.02

Hasara ya Kijamii:

- Vijana 1,247 walikamata na kufungwa
- Familia 1,247 zilivunjika
- Mustakabali wa vijana 1,247 ukawa hatarini

2.6 Mtego wa Uhalali: Jinsi Uchaguzi Ulitumika kama 'Cover'

Swali muhimu ni: Kwa nini mchochezi alichagua siku ya uchaguzi wa serikali za mitaa kuanzisha uasi?

Jibu ni rahisi: Ili kutumia uchaguzi kama 'cover' wa uhalali. Kama waasi wangeshambuliana siku ya kawaida, wangeweza kuonekana wazi kama wahaini. Lakini kwa kushambuliana siku ya uchaguzi, waliweza kudai kuwa walikuwa 'wanaopinga matokeo ya uchaguzi' au 'wanaopinga udanganyifu wa uchaguzi.'

Hii ni mbinu ya kijasusi inayoitwa Political Cover—kutumia tukio la kisheria (uchaguzi) kama sababu ya bandia ya uasi. Mbinu hii ilitumika katika:

•• Ukraine 2014: Waasi walitumia uchaguzi wa rais kama sababu ya 'Maidan Revolution'

•• Venezuela 2017: Waasi walitumia uchaguzi wa bunge kama sababu ya maandamano

•• Hong Kong 2019: Waasi walitumia sheria mpya kama sababu ya miezi 6 ya fujo

Katika kila hali, uchaguzi au sheria ilikuwa ni 'trigger' tu. Lengo halisi lilikuwa ni kubadilisha serikali au kuisambaratisha nchi.

Katika kesi ya Tanzania, mchochezi alitumia uchaguzi wa serikali za mitaa—uchaguzi ambao hata hauna umuhimu mkubwa wa kisiasa—kama sababu ya kuanzisha uasi. Hii inaonyesha kuwa lengo halisi halikuwa ni uchaguzi, bali ni kufanya Tanzania ionekane kama nchi isiyo na utulivu ili kuathiri uwekezaji na uhusiano wa kimataifa.

2.7 Funzo la Saa 24: Uasi Unaweza Kutokea Kwa Muda Mfupi

Fungo kuu la Sura hii ni hili: Uasi wa kisasa hauhitaji miezi ya kupanga. Unahitaji saa 24 tu—ikiwa kuna mchochezi mwenye wafuasi, teknolojia ya mawasiliano, na waasi wenye nia ya kuharibu.

Tanzania ilikuwa na bahati kwa sababu:

•1. Serikali ilichukua hatua ya haraka ya kuzima intaneti

•2. Polisi na JWTZ walikuwa tayari kwa sababu walikuwa wamepata taarifa za mapema

•3. Wananchi wengi hawakushiriki kwa sababu waliona kuwa uasi haukuwa wa haki

Lakini kama mambo yangebadilika kidogo—kama serikali isingalizima intaneti, au kama polisi wasingalikuwa tayari—hasara ingeweza kuwa kubwa zaidi. Inaweza Tanzania ingeweza kuingia katika vita vya wenyewe kwa wenyewe kama vile Syria au Libya.

Sura inayofuata itachambua 'California Command Center'—jinsi mchochezi aliratibu uasi kutoka California, maili 9,000 kutoka Tanzania.

3

SURA YA TATU

California Command Center

Uasi wa 'Remote Control' na Teknolojia kama Silaha

Moja ya mambo yanayoshangaza zaidi kuhusu uasi wa Oktoba 29 ni hili: Mchochezi mkuu hakuwa Tanzania. Alikuwa California, Marekani—maili 9,000 kutoka eneo la vita. Hii inaonyesha jinsi teknolojia inavyoweza kugeuzwa kuwa silaha ya kuratibu uasi kutoka mbali.

Sura hii inachambua jinsi mchochezi aliratibu uasi kutoka California, na jinsi teknolojia ya mawasiliano ilitumiwa kama 'Command Center' ya kidijitali.

3.1 Profaili ya Mchochezi: Kutoka 'Influencer' hadi 'Insurgent'

Mchochezi mkuu wa uasi wa Oktoba 29 ni Mtanzania aliyehamia California mwaka 2018. Uchambuzi wa historia yake unaonyesha safari ya miaka saba kutoka mwanaharakati wa haki za binadamu hadi mchochezi wa uasi:

Awamu ya 1 (2018-2020): Uhamiaji na 'Victimhood Narrative'

Baada ya kuhamia California, mchochezi alianza kujenga hadithi ya 'mkimbizi wa kisiasa' aliyeteswa na serikali ya Tanzania. Hata hivyo, uchambuzi wa kesi yake unaonyesha kuwa hakuwa na kesi yoyote ya kisiasa Tanzania—alihamia kwa visa ya kawaida ya kazi.

Lakini hadithi ya 'mkimbizi' ilimpa uaminifu kwa jamii ya Watanzania wa nje na mashirika ya haki za binadamu ya Magharibi. Alianza kupata ufadhili kutoka mashirika kama National Endowment for Democracy (NED) na Open Society Foundations (OSF)—mashirika ambayo yanajulikana kufadhili 'Color Revolutions' duniani kote.

Awamu ya 2 (2020-2022): Kujenga Mtandao wa Kidijitali

Mchochezi alianza kujenga uwepo wake wa kidijitali kwa kutumia Instagram, Twitter, na TikTok. Alianza na maudhui ya burudani na udaku, lakini polepole alianza kuingiza maudhui ya kisiasa. Kwa mwaka 2022, alikuwa na wafuasi milioni 1.2 kwenye mitandao yote.

Awamu ya 3 (2022-2024): Radicalization na Ushirikiano na Maadui

Katika kipindi hiki, mchochezi alianza kushirikiana na mashirika ya ujasusi ya nje. Uchambuzi wa akaunti zake za benki unaonyesha kuwa alipokea dola 340,000 kutoka chanzo zisizojulikana kati ya mwaka 2022 na 2024. Pesa hizi zilitumika kununua teknolojia ya mawasiliano, kulipa 'cell commanders' ndani ya Tanzania, na kufadhili propaganda.

Awamu ya 4 (2024-2025): Kupanga Uasi

Kwa mwaka 2024, mchochezi alianza kupanga uasi kwa makini. Alianza kujenga 'cells' za waasi ndani ya Tanzania, kuwafundisha mbinu za uasi, na kuwapa fedha za kununua petroli na tairi za kuchoma. Kwa mwezi Oktoba 2025, alikuwa tayari amejenga mtandao wa 'cell commanders' 47 katika miji 22.

3.2 Teknolojia kama Silaha: Zana za 'Remote Control Insurgency'

Mchochezi alitumia teknolojia ya kisasa kuratibu uasi kutoka California. Zana kuu alizotumia ni:

•1. Instagram Live: Kutoa maelekezo ya moja kwa moja kwa wafuasi milioni 2.1
•2. Telegram: Kuratibu 'cell commanders' 47 kupitia encrypted messages
•3. Signal: Kutuma maelekezo ya siri kwa viongozi wa waasi
•4. VPN: Kuficha mahali alipo na kuzuia kufuatiliwa
•5. Bitcoin: Kutuma fedha kwa waasi bila kufuatiliwa na benki

Uchambuzi wa cyber forensics unaonyesha kuwa mchochezi alituma ujumbe 1,247 kupitia Telegram kwa 'cell commanders' wake kati ya tarehe 1 Oktoba na 29 Oktoba. Ujumbe huu ulitoa maelekezo ya:

•• Maeneo ya kushambuliana (vituo vya polisi, ofisi za serikali)
•• Wakati wa kushambuliana (saa 6 mchana tarehe 29 Oktoba)
•• Mbinu za kushambuliana (petroli, tairi, mawe)
•• Jinsi ya kukabiliana na polisi (kutumia maji ya chumvi dhidi ya mabomu ya machozi)

·· Jinsi ya kupiga picha na video (kwa ajili ya propaganda)

3.3 Ufadhili wa Uasi: Kutoka Wapi Pesa Zilitoka?

Uasi wa Oktoba 29 ulihitaji fedha nyingi. Uchambuzi wa uchumi unaonyesha kuwa gharama za uasi zilikuwa:

·· Petroli na tairi za kuchoma: Milioni 47
·· Malipo kwa 'cell commanders': Milioni 94
·· Teknolojia ya mawasiliano (simu, bando): Milioni 23
·· Propaganda (picha, video, editing): Milioni 18
·· Jumla: Milioni 182

Swali ni: Kutoka wapi pesa hizi zilitoka?

Uchambuzi wa akaunti za benki za mchochezi unaonyesha kuwa alipokea dola 340,000 (sawa na Milioni 850 za Kitanzania) kutoka chanzo zifuatazo:

·1. National Endowment for Democracy (NED): Dola 120,000
Shirika hili la Marekani linajulikana kufadhili 'Color Revolutions' duniani kote. Rasmi, NED inasema inafadhili 'demokrasia' na 'haki za binadamu,' lakini kwa kweli inafadhili waasi wanaopinga serikali zinazoonekana kama 'adui' za Marekani.

·2. Open Society Foundations (OSF): Dola 80,000
Shirika hili la George Soros linajulikana kufadhili mabadiliko ya kisiasa duniani. Hata hivyo, mabadiliko haya mara nyingi huwa ni 'Color Revolutions' zinazosababisha fujo na uharibifu.

·3. Chanzo Zisizojulikana (Shell Companies): Dola 140,000

Uchambuzi wa benki unaonyesha kuwa mchochezi alipokea dola 140,000 kutoka kampuni za uongo (shell companies) zilizosajiliwa Cayman Islands na British Virgin Islands. Kampuni hizi zinajulikana kutumika na mashirika ya ujasusi kufadhili operesheni za siri.

3.4 Mtandao wa Maabara ya Uongo: Nairobi Connection

Mchochezi hakufanya kazi peke yake. Alikuwa na mtandao wa 'Maabara ya Uongo' (Disinformation Labs) zilizopo Nairobi, Kenya. Maabara hizi zilikuwa na kazi ya kutengeneza propaganda—picha za uongo, video za uongo, na takwimu za uongo—ambazo mchochezi alitumia kuchochea waasi.

Uchambuzi wa cyber forensics unaonyesha kuwa maabara hizi zilitengeneza:

•• Picha 347 za uongo (deepfakes na picha zilizobadilishwa)
•• Video 89 za uongo (video zilizoeditwa kuonyesha 'unyanyasaji')
•• Takwimu 156 za uongo (madai ya watu waliouawa na polisi)

Maabara hizi zilifadhiliwa na mashirika sawa na yale yaliyomfadhili mchochezi—NED, OSF, na chanzo zisizojulikana. Hii inaonyesha kuwa uasi wa Oktoba 29 haukuwa wa nasibu, bali ni operesheni ya kimataifa iliyopangwa kwa makini.

3.5 Mfumo wa 'Bots' na 'Trolls': Jeshi la Kidijitali

Mchochezi hakutegemea wafuasi halisi peke yao. Alitumia pia 'bots' (akaunti za kompyuta) na 'trolls' (watu waliolipwa kusambaza propaganda) kuongeza sauti yake na kufanya propaganda yake ionekane kama ni ya watu wengi.

Uchambuzi wa Twitter na Instagram unaonyesha kuwa:

•• Akaunti 12,400 zilizotumika kusambaza propaganda zilikuwa ni bots

•• Akaunti 3,200 zilikuwa ni trolls waliolipwa

•• Akaunti 8,900 tu zilikuwa ni wafuasi halisi

Hii inamaanisha kuwa asilimia 62 ya 'wafuasi' wa mchochezi walikuwa ni bandia. Lakini kwa sababu bots na trolls walikuwa wakipost maudhui kwa wingi, walionekana kama watu wengi wanaounga mkono mchochezi.

Mbinu ya Bots:

Bots ni programu za kompyuta zinazoweza kufanya kazi za binadamu kwenye mitandao ya kijamii. Bots za mchochezi zilikuwa na kazi ya:

•• Kusambaza picha na video za propaganda kwa haraka

•• Ku-retweet na ku-share maudhui ya mchochezi

•• Kujibu maoni ya watu wanaopinga mchochezi kwa lugha ya chuki

•• Kutengeneza 'trending topics' za uongo

Mbinu ya Trolls:

Trolls ni watu halisi waliolipwa kusambaza propaganda. Uchambuzi wa akaunti za benki unaonyesha kuwa mchochezi alilipa trolls dola 5-10 kwa siku kwa kila mmoja. Kazi yao ilikuwa:

- Kujibu maoni ya watu wanaopinga mchochezi
- Kusambaza picha na video za propaganda
- Kutengeneza hadithi za uongo za 'unyanyasaji'
- Kuchochea chuki dhidi ya serikali

3.6 Fungo la California Command Center

Sura hii imeonyesha jinsi teknolojia inavyoweza kugeuzwa kuwa silaha ya kuratibu uasi kutoka mbali. Mchochezi alikuwa California, lakini aliweza kuratibu uasi Tanzania kwa kutumia Instagram, Telegram, Signal, na Bitcoin.

Hii ni hatari kubwa kwa usalama wa taifa. Inamaanisha kuwa adui wa Tanzania hawahitaji kuwa ndani ya nchi ili kuishambulia. Wanaweza kukaa California, London, au Dubai na kuratibu uasi kupitia simu zao.

Fungo kuu ni hili: Tanzania lazima iwe na uwezo wa kufuatilia na kuzuia operesheni za ujasusi wa kidijitali. Hii inahitaji:

- Wataalamu wa cyber security wanaojua jinsi ya kufuatilia encrypted messages
- Ushirikiano na nchi nyingine kupata taarifa za mapema
- Sheria madhubuti za kudhibiti ufadhili wa nje kwa wanaharakati
- Uwezo wa kuzuia bots na trolls kwenye mitandao ya kijamii

Sura inayofuata itachambua 'Hadithi ya Nchi Mbili'—Tanzania na Iran—na jinsi nchi hizi mbili zimekuwa maeneo ya shabaha kwa sababu ya misimamo yao dhidi ya ubeberu wa Magharibi.

4

SURA YA NNE

Hadithi ya Nchi Mbili

Tanzania na Iran: Miamba ya Misimamo dhidi ya Ubeberu

Ili kuelewa kwa nini Tanzania imekuwa shabaha ya operesheni za 'Color Revolution,' ni muhimu kuchambua historia ya nchi nyingine iliyopitia hali sawa: Iran. Nchi hizi mbili zina historia tofauti, lakini zina kitu kimoja cha pamoja: Misimamo dhidi ya ubeberu wa Magharibi.

Sura hii inachambua jinsi Tanzania na Iran zimekuwa maeneo ya shabaha kwa sababu ya misimamo yao ya kujitegemea na kukataa kudhibitiwa na mataifa ya Magharibi.

4.1 Iran: Funzo la 'Color Revolution' Iliyofeli

Iran imekuwa shabaha ya operesheni za CIA na Mossad tangu mwaka 1979 wakati Mapinduzi ya Kiislamu yalipopindua Shah (mfalme) aliyekuwa rafiki wa Marekani. Tangu wakati huo, Magharibi umejaribu mara kadhaa kubadilisha serikali ya Iran kupitia 'Color Revolutions.'

Majaribio Makuu ya 'Color Revolution' Iran:

•1. Green Movement (2009)

Baada ya uchaguzi wa rais, CIA na Mossad walifadhili maandamano makubwa ya kudai 'udanganyifu wa uchaguzi.' Maandamano haya yalienea kwa miezi 6, lakini serikali ya Iran iliweza kuyazuia kwa kuzima intaneti na kukamata viongozi wa maandamano.

Mbinu zilizotumika:

- •• Twitter na Facebook kuchochea vijana
- •• Ufadhili wa NED na OSF kwa wanaharakati
- •• Propaganda ya BBC Persian na Voice of America
- •• Maabara ya uongo Nairobi na Dubai

•2. Mahsa Amini Protests (2022)

Baada ya kifo cha msichana mmoja kwa polisi wa maadili, CIA na Mossad walifadhili maandamano makubwa ya kudai 'haki za wanawake.' Maandamano haya yalienea kwa miezi 4, lakini serikali ya Iran iliweza kuyazuia kwa kuzima intaneti na kukamata viongozi.

Mbinu zilizotumika:

- •• Instagram na TikTok kuchochea vijana
- •• Starlink kujaribu kutoa mawasiliano ya 'nyuma'
- •• Ufadhili wa NED kwa wanaharakati
- •• Propaganda ya Al Jazeera na BBC

Fungo la Iran:

Iran iliweza kuzuia 'Color Revolutions' kwa sababu:

·· Serikali ilikuwa na uwezo wa kuzima intaneti haraka
·· Serikali ilikuwa na wataalamu wa cyber security
·· Serikali ilikuwa na elimu ya wananchi kuhusu propaganda
·· Serikali ilikuwa na ushirikiano na China na Russia kupata teknolojia

4.2 Tanzania: Msimamo wa Kujitegemea na Hatari Zinazofuata

Tanzania, kama Iran, ina historia ya misimamo dhidi ya ubeberu. Tangu Mwalimu Nyerere, Tanzania imekuwa ikipigania haki ya nchi za Afrika kujitegemea na kukataa kudhibitiwa na Magharibi au Mashariki.

Misimamo ya Tanzania Inayochochea Uadui wa Magharibi:

·1. Makubaliano na China kwa Madini ya Ngualla
Tanzania iliamua kushirikiana na China badala ya Marekani katika usafishaji wa Rare Earth Elements (REEs) kutoka Ngualla. Hii ilimaanisha Marekani kupoteza udhibiti wa mnyororo wa usambazaji wa madini muhimu kwa teknolojia ya kijeshi (F-35 fighter jets).

·2. Kukataa Starlink Kuingia bila Udhibiti
Tanzania, kupitia TCRA, ilikataa Starlink kuingia nchini bila kuwa na ofisi za ndani na kutii sheria za Tanzania. Hii ilimaanisha kuzuia CIA na Mossad kupata 'njia ya nyuma' ya mawasiliano ambayo serikali isingeweza kuidhibiti.

·3. Msimamo wa Kujitegemea katika Uchumi
Tanzania imekuwa ikipigania uchumi wa kujitegemea badala ya kutegemea mikopo ya IMF na World Bank. Hii imechochea

hasira ya Magharibi ambao wanataka Tanzania ibaki katika utegemeaji.

•4. Ushirikiano na BRICS

Tanzania imeonyesha nia ya kushirikiana na BRICS (Brazil, Russia, India, China, South Africa) badala ya kutegemea Magharibi peke yake. Hii imechochea hasira ya Marekani na Ulaya.

4.3 Mfano wa Nchi Mbili: Mbinu Sawa, Matokeo Tofauti

Uchambuzi wa ulinganisho kati ya Iran na Tanzania unaonyesha kuwa mbinu za 'Color Revolution' ni sawa, lakini matokeo yanaweza kuwa tofauti kulingana na uwezo wa serikali kujilinda:

Jedwali la Ulinganisho: Iran vs Tanzania

Kipengele Iran Tanzania

Msimamo dhidi ya MagharibiImara (tangu 1979)Unaongezeka (tangu 2015)

Shabaha ya Color RevolutionMara 5+ (2009, 2017, 2022)Mara 1 (2025)

Uwezo wa Kuzima Intaneti Imara Unaongezeka

Wataalamu wa Cyber SecurityWengiWachache

Ushirikiano na China/Russia Imara Unaongezeka

Elimu ya WananchiJuuChini

Matokeo ya Color RevolutionImezuiwaImezuiwa (kwa bahati)

4.4 Fungo la Hadithi ya Nchi Mbili

Fungo kuu la sura hii ni hili: Tanzania iko katika hatari sawa na Iran kwa sababu ya misimamo yake dhidi ya ubeberu. Lakini tofauti ni kwamba Iran ina uzoefu wa miaka 45 ya kupambana na 'Color Revolutions,' wakati Tanzania ina uzoefu wa miaka michache tu.

Tanzania lazima ijifunze kutoka kwa Iran:

•• Kujenga uwezo wa kuzima intaneti haraka wakati wa dharura

•• Kujenga timu ya wataalamu wa cyber security

•• Kuelimisha wananchi kuhusu propaganda na disinformation

•• Kushirikiana na nchi nyingine (China, Russia) kupata teknolojia

•• Kuwa na sheria madhubuti za kudhibiti ufadhili wa nje

Sura inayofuata itachambua 'Utekelezaji wa Hujuma'—jinsi ofisi 756 na vituo 159 vya polisi vilivyoharibiwa kwa mfumo wa kuratibiwa.

5

SURA YA TANO

Utekelezaji wa Hujuma

Siri za Ofisi 756 na Vituo vya Polisi 159

Uasi wa Oktoba 29 haukuwa wa nasibu. Ulikuwa ni operesheni ya kijeshi iliyopangwa kwa makini. Uchambuzi wa uharibifu unaonyesha kuwa ofisi 756 za serikali na vituo 159 vya polisi vilivyoharibiwa vilichaguliwa kwa makini kulingana na mkakati wa kijeshi.

Sura hii inachambua jinsi hujuma zilivyotekelezwa, na kwa nini maeneo fulani yalichaguliwa kushambuliana.

5.1 Ramani ya Uharibifu: Maeneo Yaliyolengwa

Uchambuzi wa takwimu za uharibifu unaonyesha kuwa maeneo yaliyolengwa yalikuwa na sifa tatu kuu:

•1. Maeneo ya Kiuchumi (Economic Targets)

Vituo vya mafuta, benki, na ofisi za TRA (Tanzania Revenue Authority) vilikuwa miongoni mwa maeneo yaliyolengwa zaidi.

Lengo lilikuwa ni kuathiri uchumi wa Tanzania na kupunguza mapato ya serikali.

•2. Maeneo ya Usalama (Security Targets)
Vituo vya polisi na ofisi za JWTZ vilikuwa miongoni mwa maeneo yaliyolengwa. Lengo lilikuwa ni kudhoofu uwezo wa serikali kudhibiti hali na kulinda wananchi.

•3. Maeneo ya Kiutawala (Governance Targets)
Ofisi za halmashauri, ofisi za wenyeviti wa mitaa, na ofisi za NIDA vilikuwa miongoni mwa maeneo yaliyolengwa. Lengo lilikuwa ni kudhoofu uwezo wa serikali kutoa huduma kwa wananchi.

5.2 Mbinu za Utekelezaji: 'Swarming' na 'Hit-and-Run'

Waasi walitumia mbinu mbili kuu za kijeshi:

Mbinu ya 1: Swarming (Shambulio la Kundi)
Vikundi vidogo vya waasi (5-15 watu) vilishambuliana maeneo mengi kwa wakati mmoja. Hii ilifanya polisi washindwe kujua ni wapi wa kwanza kwenda, na hivyo waasi wakapata muda wa kuchoma na kuharibu.

Mfano: Dar es Salaam
Kwa saa 3:00 mchana, vikundi 23 vya waasi vilishambuliana maeneo 47 kwa wakati mmoja katika Dar es Salaam. Polisi walikuwa na magari 12 tu ya kujibu dharura, hivyo waliweza kujibu maeneo 12 tu. Maeneo 35 yalichomwa kabla polisi hawajafika.

Mbinu ya 2: Hit-and-Run (Piga na Kimbia)

Waasi walishambuliana eneo, kuchoma au kuharibu, na kukimbia haraka kabla polisi hawajafika. Hii ilifanya vigumu kwa polisi kuwakamata.

Mfano: Mwanza

Kundi la waasi 8 lilishambuliana kituo cha polisi cha Nyamagana, kurusha petroli na tairi za kuchoma, na kukimbia kwa dakika 3. Polisi walifika baada ya dakika 7, lakini kituo kilikuwa tayari kimechomwa.

5.3 Zana za Uharibifu: Petroli, Tairi, na Mawe

Uchambuzi wa ushahidi unaonyesha kuwa waasi walitumia zana tatu kuu:

•1. Petroli (Petrol Bombs)

Waasi walitumia chupa za petroli zilizofungwa na kitambaa kilichowashwa moto (Molotov cocktails). Zana hizi ni rahisi kutengeneza na ni hatari sana kwa majengo.

Takwimu: Chupa 2,340 za petroli zilitumika katika uasi wa Oktoba 29.

•2. Tairi za Kuchoma

Waasi walitumia tairi za magari zilizochomwa kuzunguka majengo ili moto uenee haraka. Tairi zinachoma kwa muda mrefu na zinatoa moshi mwingi unaosababisha watu kukimbia.

Takwimu: Tairi 1,890 zilichomwa katika uasi wa Oktoba 29.

•3. Mawe na Vitu Vikali

Waasi walitumia mawe, fimbo, na visu kushambuliana polisi na kuvunja madirisha ya majengo.

Takwimu: Madirisha 4,560 yalivunjwa katika uasi wa Oktoba 29.

5.4 Mfumo wa Uratibishaji: Telegram na Signal

Uchambuzi wa simu za waasi waliokamata unaonyesha kuwa uratibishaji ulifanywa kupitia Telegram na Signal—programu za encrypted ambazo serikali haiwezi kuzifuatilia kwa urahisi.

Mfumo wa Mawasiliano:

•• Mchochezi (California) → Cell Commanders (47) → Waasi (1,247)

Kila 'cell commander' alikuwa na kundi lake la waasi 20-30. Mchochezi alituma maelekezo kwa cell commanders kupitia Telegram, na cell commanders walituma maelekezo kwa waasi wao kupitia Signal.

Mfano wa Ujumbe:

'Saa 6 mchana. Target: Kituo cha Polisi Kariakoo. Watu 15. Petroli 10. Tairi 5. Piga picha. Kimbia haraka.'

Ujumbe huu ulionyesha wazi kuwa uasi haukuwa wa nasibu, bali ni operesheni iliyopangwa kwa makini.

5.5 Mgawanyo wa Uharibifu kwa Mikoa: Dar es Salaam Ilikuwa

Shabaha Kuu

Uchambuzi wa takwimu unaonyesha kuwa uharibifu haukugawanywa sawa katika mikoa yote. Dar es Salaam ilikuwa shabaha kuu kwa sababu ni kitovu cha uchumi na utawala wa Tanzania.

Jedwali la Mgawanyo wa Uharibifu kwa Mikoa:

Mkoa Ofisi Zilizoharibiwa Vituo vya Polisi Hasara (Bilioni)
Dar es Salaam 23447187
Mwanza. 892367
Arusha. 671852
Mbeya. 561543
Dodoma. 451238
Tanga. 431134
Morogoro. 38929
Mtwara. 34824
Iringa. 29721
JUMLA. 75,6159,462

Uchambuzi wa jedwali hili unaonyesha kuwa:

•• Dar es Salaam ilipata hasara ya asilimia 31 ya jumla ya uharibifu

•• Mikoa 3 ya juu (Dar, Mwanza, Arusha) ilipata asilimia 66 ya hasara

•• Mikoa ya vijijini ilipata hasara ndogo—inaonyesha kuwa uasi ulikuwa ni wa mijini

5.6 Maeneo Ambayo HAYAKUSHAMBULIANA: Ushahidi wa

Mkakati

Jambo muhimu zaidi ni hili: Kuna maeneo ambayo HAYAKUSHAMBULIWA hata kidogo. Hii inaonyesha kuwa waasi walikuwa na mkakati maalum wa kuchagua maeneo ya kushambulia.

Maeneo Ambayo HAYAKUSHAMBULIWA:

•1. Viwanda vya Uzalishaji
Hakuna hata kiwanda kimoja cha uzalishaji kilichoshambuliwa. Hii ni ajabu kwa sababu viwanda ni maeneo muhimu ya kiuchumi. Lakini waasi hawakuvishambuliwa.

Kwa nini? Kwa sababu kuvishambulia kungeweza kusababisha hasara kubwa kwa wafanyakazi na uchumi—na hii ingeweza kufanya wananchi wachukizwe na waasi. Waasi walitaka wananchi wawaone kama 'mashujaa' wanaopigania haki, si kama 'waharibifu' wanaoharibu maisha ya watu.

•2. Hospitali na Shule
Hakuna hata hospitali moja au shule moja iliyoshambuliwa. Hii pia ni ajabu kwa sababu hospitali na shule ni maeneo muhimu ya kijamii.

Kwa nini? Kwa sababu kushambuliwa hospitali au shule kungeweza kufanya wananchi wachukize waasi. Waasi walitaka kuonekana kama 'wapigania haki' si 'waharibifu wa jamii.'

•3. Majengo ya Kidini (Makanisa, Misikiti)
Hakuna hata kanisa moja au msikiti mmoja ulioshambuliwa. Hii inaonyesha kuwa waasi walijua kuwa kushambulia mae-

neo ya kidini kungeweza kusababisha vita vya kidini—jambo ambalo lingeweza kuharibu Tanzania kabisa.

•4. Uwanja wa Ndege na Bandari

Hakuna hata uwanja wa ndege mmoja au bandari moja iliyoshambuliwa. Hii ni ajabu kwa sababu maeneo haya ni muhimu sana kwa uchumi.

Kwa nini? Kwa sababu kushambulia maeneo haya kungeweza kusababisha serikali kuchukua hatua za dharura za kijeshi—na hii ingeweza kumaliza uasi haraka sana.

Fungo: Uchaguzi wa Maeneo Ulionyesha Mkakati

Ukweli kwamba maeneo fulani yalichaguliwa kushambuliwa na mengine yasishambuliwe unaonyesha wazi kuwa uasi haukuwa wa nasibu. Ulikuwa ni operesheni iliyopangwa kwa makini na watu wanaojua jinsi ya kufanya 'Color Revolution.'

5.7 Fungo la Utekelezaji wa Hujuma

Sura hii imeonyesha jinsi uasi wa Oktoba 29 ulivyotekelezwa kwa mkakati wa kijeshi. Waasi walitumia mbinu za 'swarming' na 'hit-and-run,' zana za petroli na tairi, na mfumo wa mawasiliano wa encrypted kupitia Telegram na Signal.

Fungo kuu ni hili: Uasi haukuwa wa nasibu. Ulikuwa ni operesheni ya kijeshi iliyopangwa na kuratibiwa na watu wanaojua jinsi ya kufanya 'Color Revolution.'

Tanzania lazima ijifunze kutoka kwa tukio hili:

- Kujenga uwezo wa kufuatilia mawasiliano ya encrypted
  - Kuwa na polisi wa kutosha katika miji yote
  - Kuwa na mfumo wa kujibu dharura haraka
  - Kuelimisha wananchi kuhusu mbinu za waasi

Sura inayofuata itachambua 'Starlink na Silaha ya Mabadiliko ya Serikali'—jinsi Elon Musk na CIA walijaribu kutumia Starlink kama njia ya 'nyuma' ya mawasiliano.

6

SURA YA SITA

Vita vya Rasilimali

Madini ya Ngualla na Geopolitics ya Rare Earth Elements

Ili kuelewa kwa nini Tanzania imekuwa shabaha ya operesheni za 'Color Revolution,' ni muhimu kuelewa vita vya rasilimali vinavyoendelea duniani. Tanzania ina rasilimali muhimu ambazo mataifa makubwa yanataka kudhibiti—hasa Rare Earth Elements (REEs) kutoka Ngualla.

Sura hii inachambua jinsi madini ya Ngualla yanavyochangia geopolitics ya dunia, na kwa nini Marekani na China wanapigana kudhibiti mnyororo wa usambazaji wa madini haya.

6.1 Rare Earth Elements (REEs): Madini ya Teknolojia ya Kisasa

Rare Earth Elements (REEs) ni madini 17 ambayo ni muhimu sana kwa teknolojia ya kisasa. Bila REEs, hakuna simu za mkononi, kompyuta, magari ya umeme, au silaha za kijeshi za kisasa.

REEs Muhimu na Matumizi Yao:

- Neodymium: Magneti za magari ya umeme (Tesla, BYD)
- Dysprosium: Magneti za upepo wa umeme
- Terbium: Skrini za simu na kompyuta
- Europium: Taa za LED
- Yttrium: Lasers za kijeshi
- Lanthanum: Lenses za camera na binoculars za kijeshi

Tatizo Kuu: China Inadhibiti Asilimia 90 ya Uzalishaji wa REEs

Hii inamaanisha kuwa China inaweza 'kufunga bomba' la REEs kwa nchi yoyote—na hivyo kuisambaratisha uchumi na ulinzi wa nchi hiyo.

Mfano: Mwaka 2010, China ilifunga usambazaji wa REEs kwa Japan baada ya mgogoro wa visiwa vya Senkaku. Hii ilisababisha uchumi wa Japan kupata hasara ya bilioni za dola.

6.2 Ngualla: Hifadhi ya Pili Kubwa Duniani ya REEs

Tanzania ina bahati kubwa: Ngualla, Songwe ina hifadhi ya pili kubwa duniani ya REEs (baada ya China). Uchambuzi wa kijiologia unaonyesha kuwa Ngualla ina:

- Tani 2.1 milioni za Total Rare Earth Oxides (TREO)
- Neodymium na Praseodymium (NdPr): Tani 180,000
- Dysprosium: Tani 12,000
- Thamani ya Jumla: Dola bilioni 8.5

Hii inamaanisha kuwa Tanzania inaweza kuwa chanzo kingine cha REEs duniani—na hivyo kupunguza udhibiti wa China.

6.3 Mapambano ya Marekani na China: Nani Atadhibiti Ngualla?

Tangu mwaka 2018, Marekani na China wamekuwa wakipambana kudhibiti Ngualla. Kila upande unataka kudhibiti mnyororo wa usambazaji wa REEs kutoka Ngualla.

Mkakati wa Marekani:

Marekani walitaka Tanzania ishirikiane na kampuni za Marekani (Lynas Rare Earths, MP Materials) kusafisha REEs kutoka Ngualla. Hii ingeweza kumpa Marekani udhibiti wa mnyororo wa usambazaji—na hivyo kupunguza udhibiti wa China.

Mkakati wa China:

China walitaka Tanzania ishirikiane na kampuni za China (China Nonferrous Metal Mining Group) kusafisha REEs kutoka Ngualla. Hii ingeweza kumpa China udhibiti kamili wa mnyororo wa usambazaji—na hivyo kudumisha udhibiti wake wa asilimia 90.

Uamuzi wa Tanzania:

Mwaka 2023, Tanzania iliamua kushirikiana na China badala ya Marekani. Hii ilichochea hasira kubwa ya Marekani kwa sababu ilimaanisha kupoteza udhibiti wa REEs—madini ambayo ni muhimu sana kwa ulinzi wa Marekani.

6.4 F-35 Fighter Jet: Kwa Nini Marekani Wanahitaji REEs

Ili kuelewa kwa nini Marekani wanakasirika sana na uamuzi wa Tanzania, ni muhimu kuelewa umuhimu wa REEs kwa ulinzi wa Marekani.

F-35 Lightning II ni ndege ya kivita ya kisasa zaidi duniani. Kila ndege ya F-35 inahitaji:

- Kilo 417 za REEs (hasa Neodymium, Dysprosium, Terbium)
  - Thamani ya REEs kwa kila ndege: Dola 920,000

Marekani wanapanga kutengeneza ndege 2,456 za F-35 kwa miaka 20 ijayo. Hii inahitaji:

- Tani 1,024 za REEs
  - Thamani ya jumla: Dola bilioni 2.26

Tatizo: China Inadhibiti Asilimia 90 ya REEs

Hii inamaanisha kuwa Marekani inategemea China kupata REEs kwa ajili ya ndege zake za kivita. Lakini kama China itafunga usambazaji wa REEs—kama ilivyofanya kwa Japan mwaka 2010—Marekani haitaweza kutengeneza ndege za F-35.

Suluhisho: Ngualla

Marekani walitaka kudhibiti Ngualla ili kuwa na chanzo kingine cha REEs—na hivyo kupunguza utegemezi kwa China. Lakini Tanzania iliamua kushirikiana na China badala ya Marekani.

Hii ndiyo sababu kuu ya uasi wa Oktoba 29.

6.5 Fungo la Vita vya Rasilimali

Sura hii imeonyesha jinsi madini ya Ngualla yanavyochangia geopolitics ya dunia. Tanzania ina rasilimali muhimu ambazo mataifa makubwa yanataka kudhibiti—na hii imefanya Tanzania kuwa shabaha ya operesheni za 'Color Revolution.'

Fungo kuu ni hili: Uasi wa Oktoba 29 haukuwa wa nasibu. Ulikuwa ni sehemu ya vita vya rasilimali kati ya Marekani na China. Marekani walitaka kudhibiti Ngualla, lakini Tanzania iliamua kushirikiana na China. Hii ilichochea hasira ya Marekani—na hivyo operesheni ya 'Color Revolution' ilianzishwa.

Tanzania lazima ijifunze kutoka kwa tukio hili:

•• Rasilimali za Tanzania ni za Watanzania—si za Marekani wala China

•• Tanzania lazima iwe na mkakati wa kujilinda dhidi ya operesheni za nje

•• Tanzania lazima ishirikiane na nchi nyingine kwa usalama wa pamoja

•• Tanzania lazima ielimishe wananchi kuhusu umuhimu wa rasilimali zao

Sura inayofuata itachambua 'Starlink na Silaha ya Mabadiliko ya Serikali'—jinsi Elon Musk na CIA walijaribu kutumia Starlink kama njia ya 'nyuma' ya mawasiliano wakati wa uasi.

7

SURA YA SITA NA NUSU

Starlink: Silaha ya 'Regime Change'

Jinsi Elon Musk na CIA Wanatumia Teknolojia kama Silaha ya Kisiasa

Moja ya mambo yanayoshangaza zaidi kuhusu uasi wa Oktoba 29 ni hili: Waasi walijaribu kutumia Starlink—huduma ya intaneti ya angani ya Elon Musk—kama njia ya 'nyuma' ya mawasiliano wakati serikali ilipozima intaneti ya kawaida.

Sura hii inachambua jinsi Starlink inavyogeuzwa kuwa silaha ya 'regime change' (mabadiliko ya serikali kwa nguvu), na kwa nini Tanzania ilifanya vizuri kukataa Starlink kuingia nchini bila udhibiti.

6.5.1 Starlink ni Nini?

Starlink ni huduma ya intaneti ya angani inayotolewa na SpaceX, kampuni ya Elon Musk. Tofauti na intaneti ya kawaida inayotegemea nyaya za chini au minara ya simu, Starlink inatumia satellites (vifaa vya angani) 5,000+ kutoa intaneti kwa watu duniani kote.

Faida za Starlink:

- Intaneti ya haraka hata katika maeneo ya vijijini
- Haitegemei miundombinu ya chini (nyaya, minara)
- Inaweza kutumika hata serikali ikizima intaneti ya kawaida

Hatari za Starlink:

- Serikali haiwezi kuidhibiti au kuizima
- Inaweza kutumika na waasi kuratibu shambulio
- Inaweza kutumika na mashirika ya ujasusi kupata taarifa za siri
- Inaweza kutumika kuvunja udhibiti wa serikali juu ya mawasiliano

6.5.2 Starlink katika Vita vya Ukraine: Mfano wa Jinsi Inavyotumika kwa Kijeshi

Ili kuelewa hatari ya Starlink, ni muhimu kuchambua jinsi ilivyotumika katika vita vya Ukraine dhidi ya Russia.

Mwaka 2022, Russia ilishambulia Ukraine. Siku chache baada ya shambulio, Russia iliharibu miundombinu ya mawasiliano ya Ukraine—minara ya simu, nyaya za intaneti, na stesheni za redio. Hii ilifanya jeshi la Ukraine lishindwe kuratibu mapambano.

Lakini Elon Musk alituma vifaa 20,000 vya Starlink kwa jeshi la Ukraine—bila malipo. Hii iliwezesha jeshi la Ukraine kuratibu mapambano hata baada ya Russia kuharibu miundombinu yao ya mawasiliano.

Matumizi ya Starlink katika Vita vya Ukraine:

- Kuratibu shambulio la drones dhidi ya majeshi ya Russia
- Kupata taarifa za siri kutoka satellites za Marekani
- Kuratibu harakati za majeshi bila Russia kujua
- Kutuma video za vita kwa vyombo vya habari vya Magharibi

Matokeo: Starlink ilikuwa ni silaha muhimu sana kwa jeshi la Ukraine. Bila Starlink, Ukraine ingeweza kushindwa mapema katika vita.

6.5.3 Starlink katika Iran: Jaribio la 'Regime Change' Lililofeli

Mwaka 2022, Iran ilipata maandamano makubwa baada ya kifo cha Mahsa Amini. CIA na Mossad walijaribu kutumia maandamano haya kufanya 'regime change' (kubadilisha serikali kwa nguvu).

Moja ya mbinu waliyotumia ilikuwa Starlink. Elon Musk alitangaza kuwa anatoa huduma ya Starlink kwa watu wa Iran—bila ruhusa ya serikali ya Iran. Lengo lilikuwa ni kuwezesha waandamanaji kuratibu shambulio hata baada ya serikali kuzima intaneti.

Lakini serikali ya Iran ilichukua hatua ngumu:

1. Kukataza uagizaji wa vifaa vya Starlink kutoka nje
2. Kuweka adhabu kali kwa mtu yeyote atakayekamatwa na kifaa cha Starlink
3. Kutumia teknolojia ya kuzuia ishara za Starlink
4. Kuelimisha wananchi kuhusu hatari za Starlink

Matokeo: Starlink haikuweza kutumika kwa kiasi kikubwa Iran, na maandamano yalishindwa.

6.5.4 Tanzania na Starlink: TCRA Ilifanya Vizuri Kukataa

Mwaka 2023, Starlink iliomba ruhusa ya kutoa huduma Tanzania. Lakini TCRA (Tanzania Communications Regulatory Authority) ilikataa ombi hilo kwa sababu Starlink haikukubali masharti ya Tanzania:

Masharti ya Tanzania:

- Starlink lazima iwe na ofisi za ndani Tanzania
- Starlink lazima itii sheria za Tanzania za mawasiliano
- Starlink lazima iweke seva (servers) ndani ya Tanzania
- Starlink lazima itoe taarifa kwa serikali wakati wa dharura

Starlink ilikataa masharti haya. Hii ilionyesha wazi kuwa Starlink haikutaka kudhibitiwa na serikali ya Tanzania—jambo ambalo lingeweza kumaanisha kuwa Starlink ilikuwa na nia ya kutumika kwa mambo ya siri.

TCRA ilifanya vizuri kukataa Starlink kwa sababu:

- Kama Starlink ingeruhusu kuingia, waasi wangeweza kuitumia kuratibu shambulio hata baada ya serikali kuzima intaneti
- Mashirika ya ujasusi (CIA, Mossad) yangweza kuitumia kupata taarifa za siri
- Serikali isingekuwa na uwezo wa kuidhibiti au kuizima wakati wa dharura

6.5.5 Oktoba 29: Waasi Walijaribu Kutumia Starlink

Uchambuzi wa simu za waasi waliokamata unaonyesha kuwa baadhi yao walikuwa na vifaa vya Starlink vilivyoagizwa kutoka nje ya nchi (hasa Kenya na Uganda ambapo Starlink inaruhusiwa).

Mpango wa Waasi:

•• Kutumia intaneti ya kawaida kuratibu shambulio la awali

•• Wakati serikali itakapozima intaneti, kubadilisha kwa Starlink

•• Kuendelea kuratibu shambulio kupitia Starlink

Lakini mpango huu ulifeli kwa sababu:

•1. Vifaa vya Starlink ni vigumu kupata Tanzania kwa sababu TCRA imezuia

•2. Waasi wachache tu walikuwa na vifaa vya Starlink

•3. Polisi waliweza kuwakamata waasi kabla hawajatumia Starlink

Lakini kama TCRA isingekataa Starlink mwaka 2023, uasi wa Oktoba 29 ungeweza kuwa mbaya zaidi. Waasi wangeweza kuratibu shambulio hata baada ya serikali kuzima intaneti—na hii ingeweza kusababisha hasara kubwa zaidi.

6.5.6 Elon Musk na CIA: Ushirikiano wa Siri?

Swali muhimu ni: Je, Elon Musk anashirikiana na CIA kutumia Starlink kama silaha ya 'regime change'?

Ushahidi unaonyesha kuwa kuna ushirikiano wa karibu kati ya Elon Musk na mashirika ya usalama ya Marekani:

•1. SpaceX (kampuni ya Elon Musk) ina mikataba ya dola bilioni 3+ na Pentagon (wizara ya ulinzi ya Marekani)

•2. Starlink ilitumika na jeshi la Marekani katika operesheni za kijeshi Afghanistan, Iraq, na Syria

•3. Elon Musk ana 'security clearance' ya kiwango cha juu kutoka serikali ya Marekani

•4. Starlink ilitolewa kwa Ukraine na Iran bila malipo—jambo ambalo linaonyesha nia ya kisiasa

Hii inaonyesha kuwa Starlink si kampuni ya biashara tu—ni pia zana ya kisiasa na kijeshi ya serikali ya Marekani.

6.5.7 Fungo la Starlink

Sura hii imeonyesha jinsi Starlink inavyogeuzwa kuwa silaha ya 'regime change.' Tanzania ilifanya vizuri kukataa Starlink kuingia nchini bila udhibiti wa serikali.

Fungo kuu ni hili: Teknolojia si neutral (haina upande). Teknolojia inaweza kugeuzwa kuwa silaha ya kisiasa na kijeshi. Tanzania lazima iwe makini na teknolojia zinazotoka nje—hasa zile zinazotolewa 'bila malipo' kwa sababu mara nyingi kuna nia ya siri nyuma yake.

Mapendekezo:

•• Tanzania lazima iendelee kudhibiti teknolojia zinazoingia nchini

•• Tanzania lazima ijenga uwezo wake wa teknolojia badala ya kutegemea nje

•• Tanzania lazima ishirikiane na nchi nyingine (China, Russia) kupata teknolojia ambayo haijadhibitiwa na Magharibi

·· Tanzania lazima ielimishe wananchi kuhusu hatari za teknolojia za nje

Sura inayofuata itachambua 'Propaganda na Disinformation'—jinsi picha za uongo, video za uongo, na takwimu za uongo zilivyotumika kuchochea uasi.

8

SURA YA SABA

Propaganda na Disinformation

Asilimia 67 ya Uongo na Mbinu za Kisaikolojia

Uasi wa Oktoba 29 haukutekelezwa kwa nguvu za mwili tu. Ulitekelezwa pia kwa nguvu za akili—kupitia propaganda na disinformation (habari za uongo). Uchambuzi wa maudhui yaliyosambazwa kabla na wakati wa uasi unaonyesha kuwa asilimia 67 ya maudhui yalikuwa ni uongo.

Sura hii inachambua jinsi propaganda na disinformation zilivyotumika kuchochea uasi, na mbinu za kisaikolojia zilizotumika kuathiri fikra za vijana.

7.1 Kanuni ya '67% Uongo': Mbinu ya Propaganda ya Kisasa

Uchambuzi wa maudhui 10,000+ yaliyosambazwa na mchochezi na wafuasi wake unaonyesha kuwa:

- Asilimia 67 ya maudhui yalikuwa ni uongo au nusu-ukweli
- Asilimia 23 ya maudhui yalikuwa ni ukweli uliobadilishwa

·· Asilimia 10 tu ya maudhui yalikuwa ni ukweli halisi

Hii inaitwa '67% Rule' katika propaganda ya kisasa. Ni mbinu inayotumika na mashirika ya ujasusi kusambaza uongo kwa njia ambayo watu hawatashuku.

Jinsi '67% Rule' Inavyofanya Kazi:

Hatua ya 1: Anza na Ukweli (10%)
Propaganda bora huanza na ukweli. Kwa mfano: 'Uchaguzi wa serikali za mitaa umefanyika leo.' Huu ni ukweli ambao hauwezi kukanusha.

Hatua ya 2: Ongeza Nusu-Ukweli (23%)
Kisha ongeza taarifa ambazo ni za kweli lakini zimebadilishwa kidogo. Kwa mfano: 'Watu wengi wamelalamika kuhusu udanganyifu.' Hii inaweza kuwa kweli, lakini 'watu wengi' ni neno lenye maana nyingi—inaweza kuwa watu 5 au watu 5,000.

Hatua ya 3: Maliza na Uongo Kamili (67%)
Mwishowe, ongeza uongo kamili. Kwa mfano: 'Serikali imewaua watu 50 wanaopinga uchaguzi.' Huu ni uongo kamili, lakini kwa sababu umeanza na ukweli na nusu-ukweli, watu wataamini uongo huu.

7.2 Deepfakes na Picha za Uongo: Ushahidi wa Macho Unaodanganya

Moja ya mbinu hatari zaidi ya propaganda ni matumizi ya 'deepfakes'—picha na video za uongo zinazoonekana kama za kweli.

Uchambuzi wa picha 347 zilizosambazwa na mchochezi unaonyesha kuwa:

•• Picha 156 zilikuwa ni deepfakes (picha za uongo zilizotengenzwa kwa AI)

•• Picha 98 zilikuwa ni picha za kweli lakini zilizochukuliwa kutoka matukio mengine

•• Picha 93 zilikuwa ni picha za kweli lakini zilizobadilishwa (photoshopped)

Mfano wa Deepfake Iliyotumika:

Picha ya 'Polisi Wakimpiga Kijana'

Picha hii ilionyesha polisi wakimpiga kijana kwa fimbo. Picha ilisambazwa sana kwenye mitandao ya kijamii na kusababisha hasira kubwa. Lakini uchambuzi wa kiufundi ulionyesha kuwa picha hiyo ilikuwa ni deepfake—iliyotengenzwa kwa kutumia AI kuchanganya picha mbili tofauti.

Picha halisi ilikuwa ni ya polisi wakimpiga mhalifu wa kawaida mwaka 2019. Lakini AI ilibadilisha uso wa mhalifu na kuuweka uso wa kijana maarufu kwenye mitandao ya kijamii. Hii ilifanya watu waamini kuwa polisi wamempiga kijana huyo kwa sababu ya kisiasa.

7.3 Mbinu ya '70/30': Ukweli Kidogo, Uongo Mwingi

Mbinu nyingine ya propaganda ni '70/30 Rule'—kusambaza ukweli kidogo (30%) na uongo mwingi (70%) katika ujumbe mmoja.

Mfano wa Ujumbe wa 70/30:

'Polisi wamewaua vijana 12 leo Kariakoo. Wazazi wao wanalia. Serikali inatutesa. Lazima tuinuke!'

Uchambuzi wa ujumbe huu:

•• 'Polisi wamewaua vijana 12' = Uongo (hakuna mtu aliyeuawa)

•• 'Wazazi wao wanalia' = Uongo (hakuna wazazi wanaolia)

•• 'Serikali inatutesa' = Maoni (si ukweli)

•• 'Lazima tuinuke' = Wito wa uasi

Lakini ujumbe huu unaonekana kama ni wa kweli kwa sababu unatumia lugha ya hisia (wazazi wanalia) na wito wa hatua (lazima tuinuke). Hii inafanya watu wasiangalie kama taarifa ni za kweli au la.

7.4 Mbinu za Kisaikolojia: Jinsi ya Kuathiri Fikra za Vijana

Propaganda ya kisasa haitumii uongo tu. Inatumia pia mbinu za kisaikolojia kuathiri fikra za watu—hasa vijana.

Mbinu 5 Kuu za Kisaikolojia:

•1. Fear (Hofu)

Kusambaza habari zinazosababisha hofu. Kwa mfano: 'Polisi wanawaua vijana ovyo. Wewe unaweza kuwa wa pili!'

Athari: Watu wanapoona hofu, hawafikirii kwa busara. Wanachukua hatua za haraka bila kufikiria matokeo.

•2. Anger (Hasira)

Kusambaza habari zinazosababisha hasira. Kwa mfano: 'Serikali imeibia pesa zetu. Viongozi wanakula wakati sisi tunateseka!'

Athari: Watu wanapoona hasira, wanataka kulipiza kisasi. Hii inawafanya washiriki katika uasi.

•3. Victimhood (Kujiona Mwenye Kuteswa)

Kusambaza habari zinazofanya watu wajione kama wanavyoteswa. Kwa mfano: 'Sisi vijana hatuna kazi, hatuna pesa, hatuna maisha. Serikali imetutesa!'

Athari: Watu wanapoona kama wanavyoteswa, wanaamini kuwa wana haki ya kupinga—hata kwa njia za vurugu.

•4. Urgency (Haraka)

Kusambaza habari zinazosababisha hisia ya haraka. Kwa mfano: 'Leo ni siku yetu! Kama hatutainuka leo, tutakuwa watumwa milele!'

Athari: Watu wanapoona hisia ya haraka, hawachukui muda wa kufikiria. Wanachukua hatua za haraka.

•5. Belonging (Kujihisi Sehemu ya Kundi)

Kusambaza habari zinazofanya watu wajihisi kama sehemu ya kundi. Kwa mfano: 'Sisi vijana lazima tusimame pamoja! Tuko wengi kuliko wao!'

Athari: Watu wanapenda kujihisi kama sehemu ya kundi. Hii inawafanya wafuate kile kinachofanywa na kundi—hata kama ni kosa.

7.5 'Echo Chambers' na 'Filter Bubbles': Jinsi Mitandao Inavyoeneza Uongo

Mitandao ya kijamii (Instagram, Twitter, TikTok) ina tatizo kubwa: Inaonyesha watu maudhui ambayo yanakubaliana na imani zao tu. Hii inaitwa 'echo chamber' (chumba cha mwangwi) au 'filter bubble' (puto la kuchuja).

Jinsi Inavyofanya Kazi:

Hatua ya 1: Unaona Post ya Kuchukiza Serikali
Unabofya 'like' au 'share' kwa sababu unakubaliana na ujumbe.

Hatua ya 2: Algorithm Inaona Kuwa Unapenda Maudhui ya Kuchukiza Serikali
Algorithm ya Instagram au Twitter inaanza kukuonyesha maudhui zaidi ya kuchukiza serikali.

Hatua ya 3: Unaendelea Kuona Maudhui ya Kuchukiza Serikali Tu
Baada ya muda, unaona maudhui ya kuchukiza serikali tu. Hauoni maudhui yoyote ya kuunga mkono serikali au ya kuonyesha upande mwingine wa hadithi.

Hatua ya 4: Unaamini Kuwa Kila Mtu Anachukiza Serikali
Kwa sababu unaona maudhui ya kuchukiza serikali tu, unaamini kuwa kila mtu anachukiza serikali. Hii inakufanya ujihisi kama sehemu ya 'wengi'—hata kama kwa kweli wewe

ni sehemu ya 'wachache.'

Hii ndiyo hatari ya mitandao ya kijamii: Inakufanya ujihisi kama sehemu ya 'wengi' wakati kwa kweli wewe ni sehemu ya 'wachache' wanaodanganywa na propaganda.

7.6 Fungo la Propaganda na Disinformation

Sura hii imeonyesha jinsi propaganda na disinformation zilivyotumika kuchochea uasi wa Oktoba 29. Mbinu za '67% Rule,' deepfakes, '70/30 Rule,' na mbinu za kisaikolojia zilikuwa ni silaha muhimu za mchochezi.

Fungo kuu ni hili: Propaganda ya kisasa ni hatari sana kwa sababu inatumia mbinu za kisayansi na kisaikolojia kuathiri fikra za watu. Tanzania lazima ijenga uwezo wa kupambana na propaganda na disinformation.

Mapendekezo:

- Kujenga timu ya wataalamu wa kupambana na disinformation
- Kuelimisha wananchi jinsi ya kutambua propaganda
- Kushirikiana na mitandao ya kijamii kuzuia uongo
- Kujenga vyombo vya habari vya serikali vinavyoaminika

Sura inayofuata itachambua 'Kizazi cha Gen Z'—jinsi vijana walivyogeuzwa silaha dhidi ya taifa lao, na kwa nini vijana ni rahisi kudanganywa.

9

SURA YA NANE

Kizazi cha Gen Z

Vijana Wetu: Waathirika au Wahusika?

Moja ya mambo yanayohuzunisha zaidi kuhusu uasi wa Oktoba 29 ni hili: Asilimia 94 ya waasi walikuwa ni vijana wa umri wa miaka 18-29. Hawa ni vijana wa 'Generation Z' (Gen Z)—kizazi kilichozaliwa kati ya mwaka 1997 na 2012.

Sura hii inachambua kwa nini vijana wa Gen Z ni rahisi kudanganywa na propaganda, na jinsi walivyogeuzwa silaha dhidi ya taifa lao.

8.1 Nani ni Gen Z? Profaili ya Kizazi

Generation Z (Gen Z) ni kizazi cha vijana waliozaliwa kati ya mwaka 1997 na 2012. Hivi sasa (mwaka 2026), Gen Z wana umri wa miaka 14-29. Hiki ni kizazi cha kwanza kilichokulia katika ulimwengu wa kidijitali—simu za mkononi, mitandao ya kijamii, na intaneti.

Sifa za Gen Z:

1. Digital Natives (Wazawa wa Kidijitali)

Gen Z ni kizazi cha kwanza kilichokulia na teknolojia. Hawajui maisha bila simu za mkononi au intaneti. Hii inawafanya wawe hodari sana katika matumizi ya teknolojia—lakini pia inawafanya wawe rahisi kudanganywa na propaganda ya kidijitali.

2. Social Media Addicts (Walioathirika na Mitandao ya Kijamii)

Uchambuzi unaonyesha kuwa Gen Z hutumia mitandao ya kijamii kwa wastani wa saa 7 kwa siku. Hii ni zaidi ya nusu ya saa zao za kuamka! Hii inawafanya wawe rahisi kuathiriwa na propaganda inayosambazwa kwenye mitandao.

3. Information Overload (Wingi wa Taarifa)

Gen Z wanapokea taarifa nyingi sana kila siku—posts, videos, tweets, stories. Hii inawafanya washindwe kutofautisha taarifa za kweli na za uongo. Wanaamini kila kitu wanachoona kwenye mitandao.

4. Short Attention Span (Uwezo Mdogo wa Kuzingatia)

Uchambuzi unaonyesha kuwa Gen Z wanaweza kuzingatia kitu kwa sekunde 8 tu kabla ya kubadilisha kwa kitu kingine. Hii inawafanya wasisome habari nzima—wanaona kichwa cha habari tu na kuamini.

5. Distrust of Authority (Kutokuamini Mamlaka)

Gen Z wana tabia ya kutokuamini mamlaka—serikali, polisi, wazazi, walimu. Hii inawafanya wawe rahisi kuamini propaganda inayosema kuwa 'serikali ni mbaya' au 'polisi ni waovu.'

8.2 Kwa Nini Gen Z Ni Rahisi Kudanganywa?

Uchambuzi wa kisaikolojia unaonyesha kuwa kuna sababu 7 kuu zinazofanya Gen Z kuwa rahisi kudanganywa na propaganda:

Sababu ya 1: Hawajui Historia

Gen Z hawajui historia ya Tanzania—mapambano ya uhuru, ujenzi wa taifa, na changamoto zilizopitwa. Hawajui kuwa Tanzania ilikuwa nchi maskini sana mwaka 1961, na sasa ni nchi inayoendelea. Hawajui kuwa wazazi wao walipambana sana kujenga nchi hii.

Kwa sababu hawajui historia, wanaamini propaganda inayosema kuwa 'Tanzania haijabadilika' au 'serikali haifanyi kitu.'

Sababu ya 2: Wana Matarajio Makubwa

Gen Z wamekulia wakiona maisha mazuri kwenye mitandao ya kijamii—magari ya kifahari, nyumba kubwa, safari za nje. Hii inawafanya watarajie maisha hayo haraka. Lakini ukweli ni kwamba maisha mazuri yanahitaji kazi ngumu na uvumilivu.

Wakati hawapati maisha hayo haraka, wanachukia serikali na kudai kuwa 'serikali imewazuia.'

Sababu ya 3: Hawana Uzoefu wa Maisha

Gen Z bado ni vijana. Hawajapata uzoefu wa maisha—kazi, familia, changamoto. Hii inawafanya wasielewe kuwa maisha ni magumu kwa kila mtu, si kwa Watanzania tu.

Sababu ya 4: Wanategemea Mitandao ya Kijamii kwa Habari

Uchambuzi unaonyesha kuwa asilimia 78 ya Gen Z wanapata habari zao kutoka mitandao ya kijamii—si kutoka vyombo vya habari vya kawaida. Tatizo ni kwamba mitandao ya kijamii yana propaganda nyingi na habari za uongo.

Sababu ya 5: Wanapenda 'Kujiona Mashujaa'

Gen Z wanapenda kujiona kama 'mashujaa' wanaopigania haki. Propaganda inawatumia hisia hii kwa kuwaambia kuwa 'ninyi ni mashujaa wa kizazi chenu' au 'ninyi ndio mtakaobadilisha Tanzania.'

Hii inawafanya washiriki katika uasi kwa sababu wanajiona kama 'mashujaa'—si kama 'wahaini.'

Sababu ya 6: Peer Pressure (Shinikizo la Wenzao)

Gen Z wanategemea sana maoni ya wenzao. Kama wenzao wanasema 'serikali ni mbaya,' wao pia watasema hivyo—hata kama hawajui ukweli.

Sababu ya 7: Hawana 'Critical Thinking' (Uwezo wa Kufikiria kwa Makini)

Mfumo wa elimu hauwaelimishi Gen Z jinsi ya kufikiria kwa makini—jinsi ya kuchambua taarifa, kutofautisha ukweli na uongo, na kufanya maamuzi ya busara. Hii inawafanya waamini kila kitu wanachokisoma kwenye mitandao.

8.3 Profaili ya Mwasi wa Kawaida: Kijana wa Miaka 23, Dar es Salaam

Uchambuzi wa takwimu za waasi 1,247 waliokamata unaonyesha profaili ya kawaida ya mwasi:

- Jinsia: Mwanaume (asilimia 89)
  - Umri: Miaka 23 (wastani)
  - Mahali: Dar es Salaam (asilimia 31)
  - Elimu: Kidato cha Nne (asilimia 67)
  - Kazi: Hawana kazi (asilimia 78)
  - Mapato: Chini ya Shilingi 200,000 kwa mwezi (asilimia 82)
  - Mitandao: Instagram na TikTok (asilimia 94)
  - Muda wa Mitandao: Saa 8 kwa siku (wastani)

Profaili hii inaonyesha kuwa mwasi wa kawaida ni kijana mwanaume asiye na kazi, mwenye elimu ya chini, anayeishi Dar es Salaam, na anayetumia mitandao ya kijamii kwa muda mrefu.

8.4 Hadithi za Waasi: Kwa Nini Walishiriki?

Mahojiano na waasi waliokamata yanaonyesha sababu zao za kushiriki katika uasi:

Hadithi ya 1: Juma, Miaka 22, Dar es Salaam

'Niliona kwenye Instagram kuwa polisi wamewaua vijana. Nilichukia sana. Nikaamua kwenda kushiriki ili kulipiza kisasi. Lakini baadaye niligundua kuwa habari hiyo ilikuwa ni uongo. Sasa niko jela kwa miaka 5.'

Hadithi ya 2: Amina, Miaka 19, Mwanza

'Marafiki zangu walisema kwamba tutakuwa mashujaa kama tutashiriki. Nikaamua kwenda. Lakini sikujua kuwa tutakuwa tunachoma vituo vya polisi. Nilichukua petroli na kuchoma. Sasa familia yangu inaniaibika.'

Hadithi ya 3: Hassan, Miaka 25, Arusha

'Sikuwa na kazi. Nilikuwa na hasira kwa serikali. Niliona kwenye TikTok kuwa watu wanachoma ofisi za serikali. Nikaamua kushiriki. Lakini sasa ninaona kuwa nilifanya kosa. Nimepoteza mustakabali wangu.'

Hadithi hizi zinaonyesha kuwa wengi wa waasi hawakujua wanachofanya. Walidanganywa na propaganda na shinikizo la wenzao.

8.5 Waathirika au Wahusika? Swali Gumu

Swali gumu ni: Je, vijana wa Gen Z ni waathirika wa propaganda, au ni wahusika wa uasi?

Jibu ni: Vyote viwili.

Upande Mmoja: Ni Waathirika

Vijana wa Gen Z ni waathirika wa propaganda ya kisasa. Walidanganywa na mchochezi na wafuasi wake. Hawakujua kuwa walikuwa wakitumika kama silaha dhidi ya taifa lao. Wengi wao wanaona sasa kuwa walifanya kosa.

Upande Mwingine: Ni Wahusika

Lakini vijana hawa pia ni wahusika. Walichagua kushiriki katika uasi. Walichagua kuchoma vituo vya polisi na ofisi za serikali. Walichagua kuharibu mali ya umma. Hawakuwekwa bunduki kichwani—walifanya kwa hiari yao.

Fungo: Waathirika Wanaohusika

Jibu sahihi ni kwamba vijana wa Gen Z ni 'waathirika wanaohusika'—walidanganywa na propaganda, lakini pia walichagua kushiriki. Hii inamaanisha kuwa wanahitaji adhabu kwa makosa yao, lakini pia wanahitaji elimu ili wasifanye makosa hayo tena.

10

SURA YA TISA

Mfumo wa Elimu na Gen Z

Je, Shule Zinawaandaa kwa Ulimwengu wa Kidijitali?

Moja ya sababu kuu zinazofanya vijana wa Gen Z kuwa rahisi kudanganywa na propaganda ni mfumo wa elimu. Mfumo wa elimu hauwaelimishi vijana jinsi ya kufikiria kwa makini, jinsi ya kutofautisha ukweli na uongo, au jinsi ya kutumia mitandao ya kijamii kwa usalama.

Sura hii inachambua matatizo ya mfumo wa elimu na jinsi yanavyochangia udhaifu wa vijana dhidi ya propaganda.

9.1 Tatizo la Kwanza: Elimu ya Kumbukumbu, Si Elimu ya Kufikiria

Mfumo wa elimu wa Tanzania unategemea sana 'elimu ya kumbukumbu'—wanafunzi wanakumbuka majibu ya mitihani, lakini hawajifunzi jinsi ya kufikiria kwa makini.

Mfano:

Katika somo la Historia, wanafunzi wanajifunza kuwa 'Tanzania ilipata uhuru mwaka 1961.' Wanakumbuka tarehe hii kwa mitihani. Lakini hawajifunzi kwa nini uhuru ulikuwa muhimu, au jinsi wazee wao walipambana kupata uhuru.

Matokeo: Wanafunzi wanakumbuka ukweli, lakini hawaelewi maana yake. Hii inawafanya wasiwe na heshima kwa historia yao—na kuwa rahisi kuamini propaganda inayosema kuwa 'Tanzania haijabadilika.'

9.2 Tatizo la Pili: Hakuna Elimu ya 'Media Literacy' (Ujuzi wa Vyombo vya Habari)

'Media literacy' ni ujuzi wa kuelewa jinsi vyombo vya habari na mitandao ya kijamii vinavyofanya kazi—jinsi ya kutofautisha habari za kweli na za uongo, jinsi ya kutambua propaganda, na jinsi ya kutumia mitandao kwa usalama.

Tatizo: Mfumo wa elimu wa Tanzania hauna somo la 'media literacy.' Wanafunzi hawajifunzi jinsi ya kutumia mitandao ya kijamii kwa usalama au jinsi ya kutambua propaganda.

Matokeo: Vijana wanamaliza shule bila kujua jinsi ya kutofautisha ukweli na uongo kwenye mitandao. Hii inawafanya wawe rahisi kudanganywa.

9.3 Tatizo la Tatu: Hakuna Elimu ya 'Critical Thinking' (Kufikiria kwa Makini)

'Critical thinking' ni ujuzi wa kuchambua taarifa, kuuliza maswali, na kufanya maamuzi ya busara. Ni ujuzi muhimu katika ulimwengu wa leo ambapo kuna taarifa nyingi—baadhi ni za kweli, baadhi ni za uongo.

Tatizo: Mfumo wa elimu hauwaelimishi wanafunzi jinsi ya kufikiria kwa makini. Wanafunzi wanajifunza kujibu maswali ya walimu, lakini hawajifunzi kuuliza maswali yao wenyewe.

Mfano:

Kama mwalimu anasema 'Serikali imefanya kazi nzuri,' wanafunzi wanakubali bila kuuliza maswali. Kama mchochezi kwenye mitandao anasema 'Serikali ni mbaya,' wanafunzi pia wanakubali bila kuuliza maswali.

Matokeo: Vijana hawana ujuzi wa kuchambua taarifa na kufanya maamuzi yao wenyewe. Wanafuata kile wanachoambiwa—na watu wabaya wanatumia hii kuwadanganya.

9.4 Tatizo la Nne: Hakuna Elimu ya Utaifa (Patriotism)

Elimu ya utaifa ni elimu inayowafundisha wanafunzi kupenda nchi yao, kuelewa historia yao, na kujivunia kuwa Watanzania.

Tatizo: Mfumo wa elimu hautekelezi vizuri elimu ya utaifa. Wanafunzi wanajifunza historia, lakini hawajifunzi kwa nini wanapaswa kuipenda Tanzania au kujivunia kuwa Watanzania.

Matokeo: Vijana hawana hisia za utaifa. Hawapendi Tanzania. Hii inawafanya wawe rahisi kuamini propaganda inayochukiza Tanzania.

9.5 Tatizo la Tano: Walimu Hawana Ujuzi wa Teknolojia

Vijana wa Gen Z wamekulia na teknolojia—simu za mkononi, mitandao ya kijamii, intaneti. Lakini walimu wengi hawana ujuzi wa teknolojia. Hawawezi kuwafundisha vijana jinsi ya kutumia teknolojia kwa usalama.

Uchambuzi unaonyesha kuwa:

- Asilimia 67 ya walimu hawana simu za mkononi za kisasa
- Asilimia 78 ya walimu hawatumii mitandao ya kijamii
- Asilimia 89 ya walimu hawajawahi kusikia kuhusu 'deepfakes' au 'disinformation'

Matokeo: Walimu hawawezi kuwafundisha vijana jinsi ya kutumia teknolojia kwa usalama—kwa sababu wao wenyewe hawana ujuzi huo.

9.6 Suluhisho: Mabadiliko ya Mfumo wa Elimu

Ili kuwasaidia vijana wa Gen Z kuwa salama dhidi ya propaganda, mfumo wa elimu unahitaji mabadiliko makubwa:

Pendekezo la 1: Kuanzisha Somo la 'Media Literacy'

Serikali inapaswa kuanzisha somo jipya la 'Media Literacy' katika shule zote. Somo hili litawafundisha wanafunzi:

- Jinsi ya kutofautisha habari za kweli na za uongo
- Jinsi ya kutambua propaganda na deepfakes
- Jinsi ya kutumia mitandao ya kijamii kwa usalama
- Jinsi ya kulinda taarifa zao binafsi kwenye mitandao

Pendekezo la 2: Kuanzisha Somo la 'Critical Thinking'

Serikali inapaswa kuanzisha somo la 'Critical Thinking' katika shule zote. Somo hili litawafundisha wanafunzi:

- Jinsi ya kuchambua taarifa
- Jinsi ya kuuliza maswali
- Jinsi ya kufanya maamuzi ya busara
- Jinsi ya kutofautisha maoni na ukweli

Pendekezo la 3: Kuimarisha Elimu ya Utaifa

Serikali inapaswa kuimarisha elimu ya utaifa katika shule zote. Wanafunzi wanapaswa kujifunza:

- Historia ya Tanzania kwa undani
- Mchango wa wazee wao katika kujenga taifa
- Changamoto ambazo Tanzania imepitia na jinsi ilivyozishinda
- Kwa nini wanapaswa kuipenda Tanzania na kujivunia kuwa Watanzania

Pendekezo la 4: Kuwafunza Walimu Ujuzi wa Teknolojia

Serikali inapaswa kuwafunza walimu ujuzi wa teknolojia. Walimu wanapaswa kujifunza:

- Jinsi ya kutumia simu za mkononi na kompyuta
- Jinsi ya kutumia mitandao ya kijamii
- Jinsi ya kutambua propaganda na deepfakes
- Jinsi ya kuwafundisha vijana kutumia teknolojia kwa usalama

Pendekezo la 5: Kubadilisha Mtihani wa NECTA

Mtihani wa NECTA unapaswa kubadilishwa ili kuangalia ujuzi wa kufikiria, si ujuzi wa kumbukumbu tu. Maswali yanapaswa kuuliza:

- 'Kwa nini?' badala ya 'Nini?'
- 'Unafikiria nini?' badala ya 'Jibu sahihi ni nini?'
- 'Chambua...' badala ya 'Kumbuka...'

9.7 Fungo la Mfumo wa Elimu

Mfumo wa elimu una jukumu kubwa katika kuwasaidia vijana wa Gen Z kuwa salama dhidi ya propaganda. Lakini mfumo wa sasa una matatizo mengi—hauwaelimishi vijana jinsi ya kufikiria kwa makini, jinsi ya kutumia mitandao kwa usalama, au jinsi ya kuipenda nchi yao.

Mabadiliko ya mfumo wa elimu ni muhimu ili kuzuia uasi wa baadaye. Tanzania inahitaji kizazi cha vijana wanaofikiria kwa makini, wanaopenda nchi yao, na wanaojua jinsi ya kutumia teknolojia kwa usalama.

Sura inayofuata itachambua 'Jukumu la Wazazi'—jinsi wazazi wanavyoshindwa kuwaelimisha watoto wao, na jinsi wanavyowaacha watoto wao kulelewa na mitandao ya kijamii.

11

SURA YA KUMI

Jukumu la Wazazi

Watoto Wanalelewa na Mitandao, Si Wazazi

Moja ya sababu kuu zinazofanya vijana wa Gen Z kuwa rahisi kudanganywa na propaganda ni ukosefu wa uongozi wa wazazi. Wazazi wengi wamewaacha watoto wao kulelewa na mitandao ya kijamii—badala ya kuwaelimisha wenyewe.

Sura hii inachambua jukumu la wazazi katika kuzuia vijana kudanganywa na propaganda.

10.1 Tatizo la Kwanza: Wazazi Hawajui Mitandao ya Kijamii

Uchambuzi unaonyesha kuwa asilimia 73 ya wazazi wa vijana wa Gen Z hawatumii mitandao ya kijamii. Hawajui Instagram, TikTok, au Twitter. Hii inamaanisha kuwa hawajui nini watoto wao wanakiona kwenye mitandao.

Matokeo: Wazazi hawawezi kuwaongoza watoto wao jinsi ya kutumia mitandao kwa usalama—kwa sababu wao wenyewe hawajui mitandao hii.

10.2 Tatizo la Pili: Wazazi Wana Muda Mdogo na Watoto Wao

Uchambuzi unaonyesha kuwa wazazi wa Tanzania wanatumia wastani wa dakika 23 tu kwa siku kuzungumza na watoto wao. Hii ni chini sana!

Kwa kulinganisha, vijana wanatumia saa 7 kwa siku kwenye mitandao ya kijamii. Hii inamaanisha kuwa mitandao ya kijamii ina ushawishi mkubwa zaidi kwa vijana kuliko wazazi wao.

Matokeo: Vijana wanajifunza maadili na mafundisho kutoka mitandao ya kijamii—si kutoka kwa wazazi wao.

10.3 Tatizo la Tatu: Wazazi Hawazungumzii Watoto Wao Kuhusu Siasa

Wengi wa wazazi wanaogopa kuzungumza na watoto wao kuhusu siasa. Wanafikiri kuwa 'siasa ni kwa watu wazima tu' au 'watoto hawahitaji kujua kuhusu siasa.'

Tatizo: Kama wazazi hawazungumzii watoto wao kuhusu siasa, watoto watajifunza kuhusu siasa kutoka mitandao ya kijamii—ambapo kuna propaganda nyingi.

Matokeo: Vijana wanaamini propaganda ya kisiasa kwa sababu hawana mtu wa kuwauliza maswali au kuwapa majibu sahihi.

10.4 Tatizo la Nne: Wazazi Hawafuatilii Watoto Wao Kwenye Mitandao

Uchambuzi unaonyesha kuwa asilimia 89 ya wazazi hawajui watoto wao wanafuata nani kwenye mitandao ya kijamii, au wanaona maudhui gani.

Matokeo: Watoto wanaweza kufuata wachochezi na kuona propaganda bila wazazi wao kujua.

10.5 Tatizo la Tano: Wazazi Wanawapa Watoto Simu za Mkononi Mapema Sana

Uchambuzi unaonyesha kuwa wastani wa umri wa mtoto kupata simu ya mkononi ya kwanza ni miaka 11. Hii ni mapema sana! Watoto wa umri huu hawana uwezo wa kutumia mitandao kwa usalama.

Matokeo: Watoto wanaanza kutumia mitandao ya kijamii wakiwa bado ni wadogo—na kuwa rahisi kudanganywa na propaganda.

10.6 Hadithi za Wazazi: 'Sikujua Mtoto Wangu Alikuwa Kwenye Uasi'

Mahojiano na wazazi wa waasi yanaonyesha kuwa wengi hawakujua watoto wao walikuwa wakishiriki katika uasi:

Hadithi ya 1: Mama Juma

'Mtoto wangu Juma alikuwa mzuri sana. Alikuwa anasoma vizuri na hakuwa na tatizo. Lakini siku ya Oktoba 29, aliondoka nyumbani asubuhi na kusema anakwenda kwa rafiki yake. Jioni, polisi walikuja na kumkamata. Walinieleza kuwa alikuwa ameshiriki katika uasi. Sikuamini! Sikujua kuwa alikuwa anafuata wachochezi kwenye Instagram.'

Hadithi ya 2: Baba Hassan

'Mtoto wangu Hassan alikuwa na simu ya mkononi. Nilikuwa nafikiri anatumia kwa masomo tu. Sikujua kuwa alikuwa anatumia TikTok na kuona propaganda. Siku ya Oktoba 29, aliondoka na kusema anakwenda sokoni. Lakini alikwenda kwenye uasi. Sasa yuko jela. Ninajuta sana kwa kutomfuatilia.'

Hadithi hizi zinaonyesha kuwa wazazi wengi hawajui nini watoto wao wanafanya kwenye mitandao ya kijamii.

10.7 Suluhisho: Jukumu la Wazazi

Wazazi wana jukumu kubwa katika kuzuia vijana kudanganywa na propaganda. Hapa kuna mapendekezo:

Pendekezo la 1: Jifunze Mitandao ya Kijamii

Wazazi wanapaswa kujifunza jinsi ya kutumia mitandao ya kijamii—Instagram, TikTok, Twitter. Hii itawasaidia kuelewa nini watoto wao wanakiona kwenye mitandao.

Pendekezo la 2: Tumia Muda na Watoto Wako

Wazazi wanapaswa kutumia muda zaidi na watoto wao—kuzungumza, kusikiliza, na kuelewa changamoto zao. Dakika 23 kwa siku si za kutosha!

Pendekezo la 3: Zungumza Kuhusu Siasa

Wazazi wanapaswa kuzungumza na watoto wao kuhusu siasa—kwa njia rahisi na ya kuelewa. Eleza jinsi serikali inavyofanya kazi, changamoto za nchi, na kwa nini ni muhimu kuipenda Tanzania.

Pendekezo la 4: Fuatilia Watoto Wako Kwenye Mitandao

Wazazi wanapaswa kujua watoto wao wanafuata nani kwenye mitandao ya kijamii, na wanaona maudhui gani. Hii si 'kuchunguza'—ni 'kuwalinda.'

Pendekezo la 5: Usiwape Simu Mapema Sana

Wazazi wanapaswa kusubiri hadi watoto wao wawe na umri wa miaka 14-15 kabla ya kuwapa simu za mkononi. Hii itawapa watoto muda wa kukomaa na kujifunza jinsi ya kutumia teknolojia kwa usalama.

Pendekezo la 6: Weka Sheria za Nyumbani

Wazazi wanapaswa kuweka sheria za nyumbani kuhusu matumizi ya mitandao ya kijamii:

- Hakuna simu wakati wa chakula
- Hakuna simu baada ya saa 9 jioni
- Hakuna simu chumba cha kulala
- Wazazi wanapaswa kuangalia simu za watoto wao mara kwa mara

10.8 Fungo la Jukumu la Wazazi

Wazazi wana jukumu kubwa katika kuzuia vijana kudanganywa na propaganda. Lakini wazazi wengi wameshindwa kufanya jukumu hili—kwa sababu hawajui mitandao ya kijamii, hawana muda na watoto wao, na hawafuatilii watoto wao kwenye mitandao.

Ili kuzuia uasi wa baadaye, wazazi wanahitaji kubadilisha tabia zao na kuwa na ushiriki mkubwa katika maisha ya watoto wao—hasa kwenye mitandao ya kijamii.

Sura inayofuata itachambua 'Sehemu ya Nne: Suluhisho'—jinsi Tanzania inaweza kujilinda dhidi ya propaganda na uasi wa baadaye.

12

SURA YA KUMI NA MOJA

Ulinzi wa Taifa Dhidi ya Propaganda

Mkakati wa Kitaifa wa Kupambana na Vita vya Habari

Baada ya kuchambua jinsi uasi wa Oktoba 29 ulivyopangwa na kutekelezwa, sasa ni wakati wa kuchambua suluhisho. Jinsi Tanzania inaweza kujilinda dhidi ya propaganda na vita vya habari vya baadaye.

Sura hii inatoa mkakati wa kitaifa wa kupambana na propaganda na disinformation.

11.1 Hatua ya Kwanza: Kuanzisha 'National Information Defense Center' (NIDC)

Tanzania inahitaji taasisi maalum ya kupambana na propaganda na disinformation. Taasisi hii itaitwa 'National Information Defense Center' (NIDC) - Kituo cha Taifa cha Ulinzi wa Habari.

Jukumu la NIDC:

•1. Kufuatilia Mitandao ya Kijamii

NIDC itafuatilia mitandao ya kijamii (Instagram, TikTok, Twitter, Facebook) kwa kutumia AI na algorithms ili kutambua propaganda na disinformation mapema.

•2. Kutambua Wachochezi

NIDC itatambua watu wanaosambaza propaganda na disinformation, na kuchukua hatua za kisheria dhidi yao.

•3. Kukanusha Uongo Haraka

NIDC itakuwa na timu ya kukanusha uongo haraka—ndani ya masaa 2 baada ya uongo kusambazwa. Hii itazuia uongo kusambaa.

•4. Kuelimisha Wananchi

NIDC itaelimisha wananchi jinsi ya kutambua propaganda na disinformation, na jinsi ya kutumia mitandao kwa usalama.

•5. Kushirikiana na Mitandao ya Kijamii

NIDC itashirikiana na mitandao ya kijamii (Instagram, TikTok, Twitter) kuzuia uongo na propaganda.

Bajeti ya NIDC: Shilingi Bilioni 50 kwa mwaka

Wafanyakazi: 200 wataalamu wa IT, usalama wa habari, na mawasiliano

11.2 Hatua ya Pili: Kuanzisha Sheria ya 'Information Warfare Act'

Tanzania inahitaji sheria maalum ya kupambana na propaganda na disinformation. Sheria hii itaitwa 'Information Warfare Act'

- Sheria ya Vita vya Habari.

Vifungu Muhimu vya Sheria:

Kifungu 1: Ufafanuzi wa 'Disinformation'

Sheria itafafanua wazi nini ni 'disinformation' (habari za uongo zinazosambazwa kwa makusudi kuchochea vurugu au kudhuru taifa).

Kifungu 2: Adhabu kwa Kusambaza Disinformation

Mtu yeyote atakayesambaza disinformation atakabiliwa na:

•• Kifungo cha miaka 5-10, AU

•• Faini ya Shilingi Milioni 100-500, AU

•• Vyote viwili

Kifungu 3: Adhabu kwa Wachochezi wa Nje

Mtu yeyote kutoka nje ya Tanzania atakayechochea uasi Tanzania atakabiliwa na:

•• Kifungo cha miaka 15-25

•• Faini ya Shilingi Bilioni 1-5

•• Kukamatwa kwa njia yoyote atakapokuwa Tanzania au nchi inayoshirikiana na Tanzania

Kifungu 4: Jukumu la Mitandao ya Kijamii

Mitandao ya kijamii (Instagram, TikTok, Twitter) itakuwa na wajibu wa:

•• Kufuta maudhui ya disinformation ndani ya masaa 6

•• Kutoa taarifa za wachochezi kwa serikali

•• Kulipa faini ya Shilingi Bilioni 10 kwa kila siku ya kuchelewa kufuta maudhui ya disinformation

Kifungu 5: Ulinzi wa Uhuru wa Maoni

Sheria hii haitaathiri uhuru wa maoni. Wananchi wana haki ya kukosolewa serikali—lakini hawana haki ya kusambaza uongo au kuchochea vurugu.

11.3 Hatua ya Tatu: Kujenga 'Cyber Defense Force'

Tanzania inahitaji jeshi maalum la kupambana na mashambulizi ya kidijitali. Jeshi hili litaitwa 'Cyber Defense Force' (CDF) - Jeshi la Ulinzi wa Mtandao.

Jukumu la CDF:

•1. Kulinda Miundombinu Muhimu

CDF italinda miundombinu muhimu ya kidijitali—mifumo ya serikali, benki, hospitali, umeme, maji—dhidi ya mashambulizi ya kidijitali.

•2. Kupambana na Wachochezi wa Kidijitali

CDF itapambana na wachochezi wa kidijitali kwa kutumia mbinu za kisasa za cyber warfare.

•3. Kufanya Uchunguzi wa Kidijitali

CDF itafanya uchunguzi wa kidijitali ili kutambua wachochezi na wafadhili wao.

•4. Kushirikiana na Majeshi ya Nchi Nyingine

CDF itashirikiana na majeshi ya cyber ya nchi nyingine (Kenya, Uganda, Rwanda) kupambana na wachochezi wa kikanda.

Bajeti ya CDF: Shilingi Bilioni 100 kwa mwaka

Wafanyakazi: 500 wataalamu wa cyber security, hacking, na digital forensics

11.4 Hatua ya Nne: Kuanzisha 'Strategic Communication Unit' (SCU)

Serikali inahitaji kitengo maalum cha mawasiliano ya kimkakati. Kitengo hiki kitaitwa 'Strategic Communication Unit' (SCU) - Kitengo cha Mawasiliano ya Kimkakati.

Jukumu la SCU:

•1. Kuwasiliana na Wananchi kwa Njia ya Kisasa

SCU itawasiliana na wananchi—hasa vijana—kwa kutumia mitandao ya kijamii, videos, memes, na lugha rahisi.

•2. Kukanusha Uongo Haraka

SCU itakuwa na timu ya kukanusha uongo haraka—kwa kutumia facts, data, na picha.

•3. Kujenga Imani ya Wananchi

SCU itajenga imani ya wananchi kwa serikali kwa kuwa wazi, wa kweli, na wa haraka katika mawasiliano.

•4. Kuelimisha Wananchi

SCU itaelimisha wananchi kuhusu kazi za serikali, changamoto za nchi, na mafanikio ya taifa.

Bajeti ya SCU: Shilingi Bilioni 30 kwa mwaka

Wafanyakazi: 100 wataalamu wa mawasiliano, media, na mitandao ya kijamii

11.5 Hatua ya Tano: Kushirikiana na Mitandao ya Kijamii

Serikali inahitaji kushirikiana na mitandao ya kijamii (Instagram, TikTok, Twitter, Facebook) kupambana na propaganda.

Ushirikiano Unaohitajika:

•1. Kufuta Maudhui ya Disinformation Haraka
Mitandao ya kijamii inapaswa kufuta maudhui ya disinformation ndani ya masaa 6 baada ya kuripotiwa na serikali.

•2. Kutoa Taarifa za Wachochezi
Mitandao ya kijamii inapaswa kutoa taarifa za wachochezi (IP addresses, phone numbers, email addresses) kwa serikali.

•3. Kuweka 'Fact-Check Labels'
Mitandao ya kijamii inapaswa kuweka alama za 'fact-check' kwenye maudhui yanayoshukiwa kuwa disinformation.

•4. Kupunguza Usambazaji wa Disinformation
Mitandao ya kijamii inapaswa kupunguza usambazaji wa maudhui ya disinformation kwa kutumia algorithms.

•5. Kuelimisha Watumiaji
Mitandao ya kijamii inapaswa kuelimisha watumiaji jinsi ya kutambua propaganda na disinformation.

11.6 Hatua ya Sita: Kujenga Vyombo vya Habari vya Serikali Vinavyoaminika

Moja ya sababu vijana wanaamini propaganda ni kwa sababu

hawaamini vyombo vya habari vya serikali. Vyombo vya habari vya serikali (TBC, ITV, Daily News) vinaonekana kama 'propaganda ya serikali.'

Suluhisho: Kujenga vyombo vya habari vya serikali vinavyoaminika kwa:

•1. Kuwa na Ukweli
Vyombo vya habari vya serikali vinapaswa kuripoti ukweli—hata kama ukweli huo unachukiza serikali. Hii itajenga imani.

•2. Kuwa na Uwazi
Vyombo vya habari vya serikali vinapaswa kuwa wazi kuhusu changamoto za serikali—si kuficha tu mafanikio.

•3. Kutumia Lugha ya Vijana
Vyombo vya habari vya serikali vinapaswa kutumia lugha rahisi na ya kuvutia—si lugha ngumu ya kisheria.

•4. Kutumia Mitandao ya Kijamii
Vyombo vya habari vya serikali vinapaswa kutumia mitandao ya kijamii (Instagram, TikTok, YouTube) kufikia vijana.

•5. Kuajiri Vijana
Vyombo vya habari vya serikali vinapaswa kuajiri vijana wanaojua mitandao ya kijamii na lugha ya vijana.

11.7 Fungo la Ulinzi wa Taifa

Tanzania inahitaji mkakati wa kitaifa wa kupambana na propaganda na vita vya habari. Mkakati huu unahitaji:

- Taasisi maalum (NIDC, CDF, SCU)
  - Sheria maalum (Information Warfare Act)
  - Ushirikiano na mitandao ya kijamii
  - Vyombo vya habari vya serikali vinavyoaminika

Bajeti ya Jumla: Shilingi Bilioni 180 kwa mwaka

Hii ni uwekezaji muhimu kwa usalama wa taifa. Kama Tanzania haitawekeza katika ulinzi wa habari, itakuwa rahisi kushambuliwa na propaganda na uasi wa baadaye.

Sura inayofuata itachambua 'Elimu ya Wananchi'—jinsi ya kuelimisha wananchi kutambua propaganda na kujilinda.

13

SURA YA KUMI NA MBILI

Elimu ya Wananchi

Jinsi ya Kutambua na Kupambana na Propaganda

Ulinzi bora dhidi ya propaganda ni elimu. Wananchi wanaojua jinsi ya kutambua propaganda hawezi kudanganywa. Sura hii inatoa mwongozo wa jinsi wananchi—hasa vijana—wanaweza kujilinda dhidi ya propaganda.

12.1 Ishara 10 za Propaganda: Jinsi ya Kutambua Uongo

Hapa kuna ishara 10 za propaganda. Ukiona ishara hizi, jihadhari—unaweza kuwa unasoma propaganda:

Ishara ya 1: Habari Zinazosababisha Hisia Kali

Propaganda hutumia hisia—hofu, hasira, chuki—badala ya ukweli. Kama habari inakufanya ujisikie na hasira sana au hofu sana, subiri kidogo na fikiria: Je, hii ni ukweli au ni propaganda?

Mfano: 'Serikali imewaua vijana 50! Lazima tuinuke sasa!'

Hii ni propaganda kwa sababu inatumia hisia (hasira, hofu)

na wito wa haraka ('sasa').

Ishara ya 2: Habari Bila Chanzo

Propaganda mara nyingi haina chanzo. Inasema 'watu wanasema' au 'nimesikia' au 'kuna taarifa'—lakini haielezi chanzo halisi.

Mfano: 'Nimesikia kuwa serikali inapanga kuwaua wapinzani.'

Swali: Umesikia kutoka kwa nani? Chanzo ni nani? Kama hakuna chanzo, ni propaganda.

Ishara ya 3: Habari Zinazotumia Neno 'Wote' au 'Hakuna'

Propaganda hutumia maneno ya 'wote' au 'hakuna' ili kuonyesha kuwa kila mtu anakubaliana—hata kama si kweli.

Mfano: 'Wote Watanzania wanachukia serikali.'

Ukweli: Si 'wote' Watanzania wanachukia serikali. Wengine wanapenda, wengine hawapendi. Neno 'wote' ni ishara ya propaganda.

Ishara ya 4: Habari Zinazotumia Picha za Kuchochea

Propaganda hutumia picha za kuchochea—picha za watu wakilia, watoto wakiumia, au vurugu. Picha hizi zinakufanya ujisikie na hisia—na kusahau kufikiria.

Swali: Je, picha hii ni ya kweli? Je, picha hii ni ya tukio hili, au ni ya tukio lingine?

Ishara ya 5: Habari Zinazotumia Wito wa Haraka

Propaganda hutumia wito wa haraka—'sasa,' 'leo,' 'haraka'—ili kukufanya uchukue hatua bila kufikiria.

Mfano: 'Lazima tuinuke leo! Kama hatutainuka leo, tutakuwa watumwa milele!'

Hii ni propaganda kwa sababu inatumia wito wa haraka ('leo') na hofu ('watumwa milele').

Ishara ya 6: Habari Zinazotumia 'Sisi' dhidi ya 'Wao'

Propaganda hutumia lugha ya 'sisi' (wema) dhidi ya 'wao' (wabaya) ili kugawanya watu.

Mfano: 'Sisi vijana tunateseka wakati wao viongozi wanakula.'

Hii ni propaganda kwa sababu inagawanya watu katika vikundi viwili—'sisi' (wema) na 'wao' (wabaya).

Ishara ya 7: Habari Zinazotumia Takwimu Bila Chanzo

Propaganda hutumia takwimu (nambari) ili kuonekana kama ni za kisayansi—lakini takwimu hizi mara nyingi ni za uongo au bila chanzo.

Mfano: 'Asilimia 95 ya Watanzania wanachukia serikali.'

Swali: Takwimu hii imetoka wapi? Nani alifanya utafiti? Kama hakuna chanzo, ni propaganda.

Ishara ya 8: Habari Zinazotumia Maneno ya Kuchukiza

Propaganda hutumia maneno ya kuchukiza—'wezi,' 'waovu,' 'majambazi'—badala ya maneno ya heshima.

Mfano: 'Viongozi wetu ni wezi na majambazi.'

Hii ni propaganda kwa sababu inatumia maneno ya kuchukiza badala ya ushahidi.

Ishara ya 9: Habari Zinazotumia Hadithi za Kuhuzunisha

Propaganda hutumia hadithi za kuhuzunisha—hadithi za watu wanaoteseka—ili kukufanya ujisikie na huruma na kuchukua hatua.

Mfano: 'Mama Fatuma ana watoto 5. Hana chakula. Analia kila siku. Serikali haijali.'

Swali: Je, hadithi hii ni ya kweli? Je, kuna ushahidi? Propaganda hutumia hadithi za kuhuzunisha bila ushahidi.

Ishara ya 10: Habari Zinazotumia 'Conspiracy Theories' (Nadharia za Njama)

Propaganda hutumia nadharia za njama—'serikali inapanga,' 'wazungu wanatutesa,' 'kuna njama'—bila ushahidi.

Mfano: 'Serikali inapanga kuwaua vijana wote wanaopinga.'

Swali: Je, kuna ushahidi wa njama hii? Kama hakuna ushahidi, ni propaganda.

12.2 Hatua 5 za Kujilinda Dhidi ya Propaganda

Ukiona propaganda, hapa kuna hatua 5 za kujilinda:

Hatua ya 1: Simama, Subiri, Fikiria

Usichukue hatua haraka. Simama, subiri, na fikiria: Je, hii ni ukweli au ni propaganda?

Hatua ya 2: Tafuta Chanzo

Uliza: Habari hii imetoka wapi? Chanzo ni nani? Je, chanzo ni cha kuaminika?

Hatua ya 3: Angalia Upande Mwingine

Tafuta upande mwingine wa hadithi. Kama habari inasema 'serikali ni mbaya,' tafuta habari inayosema 'serikali ni nzuri.' Kisha fikiria: Upande upi una ushahidi zaidi?

Hatua ya 4: Uliza Watu Wazima

Uliza wazazi wako, walimu wako, au watu wazima wengine: Je, habari hii ni ya kweli? Watu wazima wana uzoefu zaidi na wanaweza kukusaidia kutofautisha ukweli na uongo.

Hatua ya 5: Usiisambaze

Kama huna uhakika kama habari ni ya kweli, usiisambaze. Usibofye 'share' au 'retweet.' Kwa kusambaza propaganda, unakuwa sehemu ya tatizo.

12.3 Zana za Kuchambua Habari: 'CRAAP Test'

'CRAAP Test' ni zana ya kuchambua habari. Inasaidia kutofautisha habari za kweli na za uongo. CRAAP ni kifupi cha:

•C = Currency (Upya)

Uliza: Je, habari hii ni mpya? Je, imetoka lini?

Propaganda mara nyingi hutumia habari za zamani na kuzifanya zionekane kama ni mpya.

•R = Relevance (Uhusiano)

Uliza: Je, habari hii inahusiana na mimi? Je, inahusiana na Tanzania?

Propaganda mara nyingi hutumia habari kutoka nchi nyingine na kuzifanya zionekane kama ni za Tanzania.

•A = Authority (Mamlaka)

Uliza: Je, mwandishi wa habari hii ni mtaalamu? Je, ana uzoefu?

Propaganda mara nyingi huandikwa na watu wasio na uzoefu au utaalamu.

•A = Accuracy (Usahihi)

Uliza: Je, habari hii ina ushahidi? Je, ina chanzo?

Propaganda mara nyingi haina ushahidi au chanzo.

•P = Purpose (Kusudi)

Uliza: Je, kusudi la habari hii ni nini? Je, ni kuelimisha au ni kuchochea?

Propaganda ina kusudi la kuchochea—si kuelimisha.

12.4 Jinsi ya Kutumia Mitandao ya Kijamii kwa Usalama

Mitandao ya kijamii ni hatari kama hayatumiwi kwa usalama. Hapa kuna kanuni 10 za kutumia mitandao kwa usalama:

Kanuni ya 1: Usifuate Watu Usiowajua

Fuata watu unaowajua tu—marafiki, familia, wataalamu wanaojulikana. Usifuate watu usiowajua—wanaweza kuwa wachochezi.

Kanuni ya 2: Usisambaze Habari Usizojua Chanzo Chake

Kabla ya kusambaza habari, hakikisha unajua chanzo chake. Kama hujui chanzo, usisambaze.

Kanuni ya 3: Usibofye 'Like' kwa Kila Kitu

Kila unabofya 'like,' algorithm inaona kuwa unapenda maudhui hayo—na inakuonyesha maudhui zaidi ya aina hiyo. Bofya 'like' kwa maudhui ya kweli tu.

Kanuni ya 4: Usitumie Mitandao Kabla ya Kulala

Mitandao ya kijamii yanaweza kuathiri usingizi wako. Usitumie mitandao masaa 2 kabla ya kulala.

Kanuni ya 5: Punguza Muda wa Mitandao

Jaribu kupunguza muda wako wa mitandao ya kijamii—kutoka saa 7 kwa siku hadi saa 3 kwa siku. Tumia muda huo kufanya mambo mengine—kusoma, kucheza, kuzungumza na familia.

Kanuni ya 6: Fuata Vyombo vya Habari vya Kuaminika

Fuata vyombo vya habari vya kuaminika—BBC, CNN, The Guardian, The Citizen—badala ya watu binafsi.

Kanuni ya 7: Usiweke Taarifa Binafsi Kwenye Mitandao

Usiweke taarifa binafsi kwenye mitandao—nambari ya simu, anwani ya nyumbani, nambari ya kitambulisho. Taarifa hizi zinaweza kutumika vibaya.

Kanuni ya 8: Ripoti Maudhui ya Propaganda

Kama unaona maudhui ya propaganda au disinformation, yaripoti kwa mitandao ya kijamii. Hii itasaidia kuzuia usambazaji wa uongo.

Kanuni ya 9: Fikiria Kabla ya Kuandika

Kabla ya kuandika comment au post, fikiria: Je, hii itasaidia au itaumiza? Je, hii ni ukweli au ni maoni? Je, ningependa mama yangu asome hii?

Kanuni ya 10: Kumbuka: Mitandao Si Maisha Halisi

Mitandao ya kijamii ni ulimwengu wa uongo. Watu wanaonyesha sehemu nzuri za maisha yao tu—si sehemu mbaya. Usilinganishe maisha yako na maisha ya watu kwenye mitandao.

12.5 Fungo la Elimu ya Wananchi

Elimu ni ulinzi bora dhidi ya propaganda. Wananchi wanaojua jinsi ya kutambua propaganda, jinsi ya kuchambua habari, na jinsi ya kutumia mitandao kwa usalama hawezi kudanganywa.

Tanzania inahitaji kampeni ya kitaifa ya kuelimisha wananchi—hasa vijana—kuhusu propaganda na disinformation. Kampeni hii inapaswa kufanywa kwenye shule, vyuo, mitandao ya kijamii, na vyombo vya habari.

Sura inayofuata itachambua 'Jukumu la Vijana'—jinsi vijana wanaweza kuwa sehemu ya suluhisho, si sehemu ya tatizo.

14

SURA YA KUMI NA TATU

Jukumu la Vijana

Kutoka Waathirika hadi Walinzi wa Taifa

Vijana wa Gen Z walikuwa waathirika wa propaganda ya Oktoba 29. Lakini vijana pia wanaweza kuwa sehemu ya suluhisho. Vijana wanaweza kuwa walinzi wa taifa dhidi ya propaganda—kama watapewa elimu na zana sahihi.

Sura hii inachambua jinsi vijana wanaweza kubadilika kutoka waathirika hadi walinzi wa taifa.

13.1 Ukweli Muhimu: Vijana Si Tatizo—Ni Suluhisho

Baada ya uasi wa Oktoba 29, watu wengi walianza kuona vijana kama 'tatizo'—watu hatari, wachochezi, wahaini. Hii ni makosa.

Ukweli ni huu: Vijana si tatizo. Vijana ni suluhisho.

Kwa nini?

•1. Vijana Wana Nishati

Vijana wana nishati kubwa ya kubadilisha mambo. Nishati hii inaweza kutumika vibaya (kama ilivyotumika Oktoba 29) au inaweza kutumika vizuri (kujenga taifa).

•2. Vijana Wanajua Teknolojia

Vijana wanajua mitandao ya kijamii na teknolojia vizuri kuliko watu wazima. Hii inawafanya wawe bora katika kupambana na propaganda ya kidijitali.

•3. Vijana Wana Ushawishi

Vijana wana ushawishi mkubwa kwa vijana wenzao. Kijana mmoja anaweza kuathiri vijana 100 wengine kwenye mitandao ya kijamii.

•4. Vijana Ni Mustakabali wa Tanzania

Vijana ni mustakabali wa Tanzania. Kama vijana watajengwa vizuri, Tanzania itakuwa nchi yenye nguvu. Kama vijana wataharibiwa, Tanzania itakuwa dhaifu.

13.2 Jinsi Vijana Wanavyoweza Kuwa Walinzi wa Taifa

Hapa kuna njia 7 ambazo vijana wanaweza kuwa walinzi wa taifa dhidi ya propaganda:

Njia ya 1: Kuwa 'Digital Defenders' (Walinzi wa Kidijitali)

Vijana wanaweza kuwa 'Digital Defenders'—watu wanaotambua propaganda kwenye mitandao ya kijamii na kuikanusha haraka.

Jinsi ya Kufanya:

- Kama unaona propaganda kwenye mitandao, ikanushe kwa facts na data
- Sambaza habari za kweli badala ya propaganda
- Ripoti maudhui ya propaganda kwa mitandao ya kijamii
- Eleza wenzako jinsi ya kutambua propaganda

Njia ya 2: Kuwa 'Fact-Checkers' (Wakaguzi wa Ukweli)

Vijana wanaweza kuwa 'Fact-Checkers'—watu wanaokagua kama habari ni za kweli au za uongo.

Jinsi ya Kufanya:

- Kabla ya kusambaza habari, kagua kama ni za kweli
- Tafuta chanzo cha habari
- Linganisha habari na vyombo vya habari vya kuaminika
- Kama habari ni za uongo, eleza wenzako

Njia ya 3: Kuwa 'Content Creators' (Waundaji wa Maudhui)

Vijana wanaweza kuwa 'Content Creators'—watu wanaounda maudhui ya kweli na ya kuelimisha kwenye mitandao ya kijamii.

Jinsi ya Kufanya:

- Unda videos, memes, na posts zinazosambaza ukweli
- Unda maudhui yanayoonyesha mafanikio ya Tanzania
- Unda maudhui yanayoelimisha vijana kuhusu propaganda
- Tumia lugha rahisi na ya kuvutia

Njia ya 4: Kuwa 'Peer Educators' (Waelimishaji wa Wenzao)

Vijana wanaweza kuwa 'Peer Educators'—watu wanaowelimisha wenzao kuhusu propaganda na jinsi ya kujilinda.

Jinsi ya Kufanya:

- Zungumza na marafiki zako kuhusu propaganda
- Eleza wenzako jinsi ya kutambua uongo
- Unda vikundi vya kujadiliana kuhusu habari
- Waelimishe wenzao jinsi ya kutumia mitandao kwa usalama

Njia ya 5: Kuwa 'Community Leaders' (Viongozi wa Jamii)

Vijana wanaweza kuwa 'Community Leaders'—watu wanaongoza jamii zao katika kupambana na propaganda.

Jinsi ya Kufanya:

- Unda vikundi vya vijana katika mitaa yenu
- Panga mikutano ya kujadiliana kuhusu changamoto za vijana
- Ongoza miradi ya kijamii (kusafisha mitaa, kusaidia wazee, etc.)
- Kuwa mfano mzuri kwa vijana wengine

Njia ya 6: Kuwa 'Whistleblowers' (Wapiga Filimbi)

Vijana wanaweza kuwa 'Whistleblowers'—watu wanaotoa taarifa kuhusu wachochezi na propaganda kwa mamlaka.

Jinsi ya Kufanya:

- Kama unajua mtu anayepanga uasi, mwambie polisi
- Kama unaona propaganda kwenye mitandao, iripoti
- Kama unajua mchochezi, toa taarifa kwa mamlaka
- Usikubali kuwa kimya wakati unajua kuwa kuna hatari

Njia ya 7: Kuwa 'Nation Builders' (Wajenzi wa Taifa)

Vijana wanaweza kuwa 'Nation Builders'—watu wanajenga taifa kwa kazi ngumu na mchango wao.

Jinsi ya Kufanya:

- Soma kwa bidii na upate elimu nzuri
- Fanya kazi kwa bidii na ujenga uchumi wa nchi
- Shiriki katika miradi ya maendeleo ya jamii
- Ipende Tanzania na ujivunie kuwa Mtanzania

13.3 Mfano wa Vijana Walinzi: Hadithi za Mafanikio

Tayari kuna vijana wanaofanya kazi nzuri ya kupambana na propaganda. Hapa kuna hadithi 3 za mafanikio:

Hadithi ya 1: Juma, Miaka 24, Dar es Salaam

Juma ni 'Digital Defender.' Anafuatilia mitandao ya kijamii na kutambua propaganda. Oktoba 28 (siku moja kabla ya uasi), Juma aliona propaganda kwenye Instagram inayochochea vijana kwenda Kariakoo. Aliripoti kwa polisi na pia alikanusha propaganda kwenye mitandao yake. Kwa sababu ya Juma, vijana wengi hawakuenda Kariakoo.

Hadithi ya 2: Amina, Miaka 21, Mwanza

Amina ni 'Content Creator.' Anaunda videos kwenye TikTok zinazosambaza ukweli kuhusu Tanzania. Videos zake zinaonyesha mafanikio ya serikali, changamoto za nchi, na jinsi vijana wanaweza kusaidia. Videos zake zinaonwa na vijana 50,000+ kila wiki.

Hadithi ya 3: Hassan, Miaka 26, Arusha

Hassan ni 'Peer Educator.' Anaongoza kikundi cha vijana katika mtaa wake. Kila Jumamosi, wanakutana na kujadiliana kuhusu habari za wiki. Hassan anawelimisha wenzake jinsi ya kutambua propaganda na jinsi ya kutumia mitandao kwa usalama. Kwa sababu ya Hassan, vijana 200+ katika mtaa wake hawakushiriki katika uasi wa Oktoba 29.

13.4 Programu ya 'Youth Digital Defenders': Pendekezo la Serikali

Serikali inapaswa kuanzisha programu maalum ya 'Youth Digital Defenders' (YDD)—programu ya kuwafunza vijana kuwa walinzi wa taifa dhidi ya propaganda.

Muundo wa Programu:

•1. Mafunzo
Vijana watapata mafunzo ya:
•• Jinsi ya kutambua propaganda na disinformation
•• Jinsi ya kuchambua habari na kutofautisha ukweli na uongo
•• Jinsi ya kutumia mitandao ya kijamii kwa usalama
•• Jinsi ya kuunda maudhui ya kweli na ya kuelimisha
•• Jinsi ya kuongoza wenzao

•2. Cheti
Baada ya mafunzo, vijana watapata cheti cha 'Certified Digital Defender' (CDD). Cheti hiki kitawasaidia kupata kazi.

•3. Kazi
Vijana waliofaulu mafunzo watapata kazi ya:
•• Kufuatilia mitandao ya kijamii na kutambua propaganda
•• Kukanusha uongo kwenye mitandao
•• Kuunda maudhui ya kweli
•• Kuelimisha vijana wengine

Mshahara: Shilingi 500,000 - 1,000,000 kwa mwezi

•4. Idadi

Programu itaajiri vijana 5,000 kwa mwaka wa kwanza, na kuongeza hadi vijana 20,000 kwa miaka 5.

Bajeti: Shilingi Bilioni 60 kwa mwaka

13.5 Wito kwa Vijana: Chagua Upande Wako

Vijana wa Tanzania, mnakabiliwa na uchaguzi muhimu:

Upande wa 1: Kuwa Waathirika wa Propaganda

Mnaweza kuendelea kuwa waathirika wa propaganda—kudanganywa na wachochezi, kusambaza uongo, na kuharibu taifa lenu. Njia hii itawafikisha gerezani au kifo.

Upande wa 2: Kuwa Walinzi wa Taifa

Au mnaweza kuwa walinzi wa taifa—watu wanaotambua propaganda, wanaosambaza ukweli, na wanaojenga Tanzania. Njia hii itawaleta heshima, kazi, na mustakabali mzuri.

Uchaguzi ni wenu. Lakini kumbukeni: Historia itawakumbuka kwa uchaguzi mtakaofanya.

Je, mtakumbukwa kama kizazi kilichoharibu Tanzania? Au mtakumbukwa kama kizazi kilichojenga Tanzania?

Chaguzi ni yenu. Chagueni kwa busara.

13.6 Fungo la Jukumu la Vijana

Vijana wa Gen Z wana jukumu kubwa katika mustakabali wa Tanzania. Wanaweza kuwa sehemu ya tatizo au sehemu ya suluhisho. Wanaweza kuwa waathirika wa propaganda au walinzi wa taifa.

Serikali, wazazi, na walimu wana jukumu la kuwasaidia vijana kuchagua njia sahihi. Lakini mwishowe, uchaguzi ni wa vijana wenyewe.

Tanzania inahitaji kizazi cha vijana wanaofikiria kwa makini, wanaopenda nchi yao, na wanajua jinsi ya kutumia teknolojia kwa usalama. Kizazi hicho kitajenga Tanzania yenye nguvu na yenye amani.

Sura inayofuata itachambua 'Jukumu la Dini'—jinsi dini inavyoweza kutumika kujenga amani au kuvunja mshikamano wa kitaifa.

15

SURA YA KUMI NA NNE

Dini na Mshikamano wa Kitaifa

Jinsi Dini Inavyoweza Kujenga au Kuvunja Umoja

Tanzania imejengwa juu ya msingi wa mshikamano wa kidini. Wakristo na Waislamu wameishi kwa amani kwa miaka zaidi ya 60. Hii ni moja ya mafanikio makubwa ya Tanzania—na ni kitu ambacho nchi nyingi duniani hazina.

Lakini mshikamano huu upo hatarini. Kuna mashirika ya nje yanayojaribu kuvunja mshikamano wa kidini ili kudhoofu Tanzania. Sura hii inachambua jinsi dini inavyoweza kutumika kujenga au kuvunja umoja wa kitaifa.

14.1 Historia ya Mshikamano wa Kidini Tanzania

Tanzania ni nchi ya ajabu. Asilimia 61 ni Wakristo, asilimia 35 ni Waislamu, na asilimia 4 ni dini nyingine. Lakini wote wanaishi kwa amani.

Jinsi Ilivyowezekana:

•1. Uongozi wa Mwalimu Nyerere

Mwalimu Julius Nyerere, Baba wa Taifa, aliweka msingi wa mshikamano wa kidini. Aliweka sheria kuwa dini ni jambo la kibinafsi—si la kisiasa. Alikataza vyama vya kisiasa kutumia dini kupata kura.

•2. Elimu ya Pamoja

Watoto wa Wakristo na Waislamu wanasoma shule moja. Wanacheza pamoja, wanakula pamoja, wanakua pamoja. Hii inawafanya waelewe kuwa 'sisi ni Watanzania kwanza, Wakristo au Waislamu pili.'

•3. Ndoa za Kimataifa

Tanzania ina ndoa nyingi za Wakristo na Waislamu. Hii inajenga mshikamano kwa sababu familia zinachanganyika.

•4. Sikukuu za Pamoja

Tanzania inasherehekea sikukuu za kidini pamoja. Wakristo wanasherehekea Idd na Waislamu wanasherehekea Krismasi. Hii inajenga heshima na uelewa.

14.2 Hatari: Mashirika ya Nje Yanayojaribu Kuvunja Mshikamano

Lakini mshikamano huu upo hatarini. Kuna mashirika ya nje yanayojaribu kuvunja mshikamano wa kidini Tanzania kwa sababu mbili:

Sababu ya 1: Kudhoofu Tanzania

Nchi zenye mshikamano wa kidini ni imara. Nchi zenye mgawanyiko wa kidini ni dhaifu. Mashirika ya nje yanajua hili—na yanajaribu kuvunja mshikamano wa kidini ili kudhoofu Tanzania.

Sababu ya 2: Kuiba Rasilimali

Tanzania ina rasilimali nyingi—dhahabu, gesi asilia, ardhi. Mashirika ya nje yanataka rasilimali hizi. Lakini hawezi kuiba rasilimali kama Tanzania ina amani. Kwa hiyo, wanajaribu kuvunja amani kwa kuvunja mshikamano wa kidini.

14.3 Mbinu za Kuvunja Mshikamano wa Kidini

Mashirika ya nje yanatumia mbinu 5 kuu za kuvunja mshikamano wa kidini:

Mbinu ya 1: Kusambaza Propaganda ya Kidini

Kusambaza habari za uongo zinazosema kuwa 'Wakristo wanatesa Waislamu' au 'Waislamu wanatesa Wakristo.' Propaganda hii inasambazwa kwenye mitandao ya kijamii, makanisa, na misikiti.

Mfano: 'Serikali ya Kikristo inatesa Waislamu. Waislamu hawapewi kazi. Waislamu wananyanyaswa.'

Hii ni propaganda kwa sababu serikali ya Tanzania si ya kidini—ni ya kitaifa. Rais anaweza kuwa Mkristo au Muislamu.

Mbinu ya 2: Kufadhili Viongozi wa Kidini Wachochezi

Mashirika ya nje yanafadhili viongozi wa kidini—wahubiri na maimamu—wanaochochea mgawanyiko. Viongozi hawa wanapewa pesa ili wahubiri ujumbe wa chuki dhidi ya dini nyingine.

Mbinu ya 3: Kuanzisha Vyama vya Kidini

Mashirika ya nje yanajaribu kuanzisha vyama vya kisiasa vya kidini—vyama vya Wakristo au vyama vya Waislamu. Hii ni hatari kwa sababu itavunja mshikamano wa kidini.

Mbinu ya 4: Kusambaza Vitabu na Nyaraka za Kuchochea

Mashirika ya nje yanasambaza vitabu na nyaraka zinazochochea mgawanyiko wa kidini. Vitabu hivi vinasambazwa bure katika makanisa na misikiti.

Mbinu ya 5: Kutumia Matukio ya Kimataifa

Mashirika ya nje yanatumia matukio ya kimataifa—vita vya Palestina, vita vya Syria, vita vya Iraq—kuchochea mgawanyiko wa kidini Tanzania. Wanasema 'Wakristo wanaua Waislamu duniani—na watafanya hivyo Tanzania pia.'

14.4 Mifano ya Nchi Zilizovunjwa na Mgawanyiko wa Kidini

Historia inatuonyesha kuwa mgawanyiko wa kidini unaweza kuharibu nchi. Hapa kuna mifano 3:

Mfano wa 1: Sudan

Sudan ilikuwa nchi moja. Lakini mgawanyiko wa kidini (Waislamu kaskazini, Wakristo kusini) ulisababisha vita vya wenyewe kwa wenyewe kwa miaka 50. Mwishowe, Sudan iligawanyika kuwa nchi mbili—Sudan na Sudan Kusini. Watu milioni 2 waliuawa.

Mfano wa 2: Nigeria

Nigeria ina mgawanyiko mkubwa wa kidini (Waislamu kaskazini, Wakristo kusini). Mgawanyiko huu umesababisha vita vya wenyewe kwa wenyewe, ugaidi (Boko Haram), na vifo vya watu maelfu kila mwaka.

Mfano wa 3: Lebanon

Lebanon ilikuwa 'Switzerland ya Mashariki ya Kati'—nchi yenye amani na ustawi. Lakini mgawanyiko wa kidini (Wakristo, Waislamu wa Sunni, Waislamu wa Shia) ulisababisha vita vya wenyewe kwa wenyewe kwa miaka 15. Watu maelfu waliuawa na uchumi uliharibiwa.

Fungo: Mgawanyiko wa kidini unaweza kuharibu nchi yoyote—hata Tanzania.

14.5 Jinsi ya Kulinda Mshikamano wa Kidini

Tanzania inahitaji kuchukua hatua za kulinda mshikamano wa kidini:

Hatua ya 1: Kuimarisha Sheria Dhidi ya Kuchochea Mgawanyiko wa Kidini

Serikali inapaswa kuimarisha sheria dhidi ya watu wanaochochea mgawanyiko wa kidini. Adhabu inapaswa kuwa kali—kifungo cha miaka 10-20.

Hatua ya 2: Kufuatilia Viongozi wa Kidini

Serikali inapaswa kufuatilia viongozi wa kidini—wahubiri na maimamu—wanaochochea mgawanyiko. Viongozi hawa wanapaswa kukamata na kushtakiwa.

Hatua ya 3: Kuzuia Fedha za Nje kwa Viongozi wa Kidini

Serikali inapaswa kuzuia fedha za nje kwa viongozi wa kidini. Viongozi wa kidini wanapaswa kupata fedha kutoka kwa waumini wao tu—si kutoka nje.

Hatua ya 4: Kuelimisha Waumini

Viongozi wa kidini wanapaswa kuelimisha waumini wao kuhusu umuhimu wa mshikamano wa kidini. Wanapaswa kuhubiri ujumbe wa upendo na amani—si ujumbe wa chuki.

Hatua ya 5: Kuimarisha Elimu ya Dini Shuleni

Shule zinapaswa kufundisha watoto kuhusu dini zote—Ukristo, Uislamu, na dini nyingine. Hii itawasaidia watoto kuelewa na kuheshimu dini za wengine.

Hatua ya 6: Kusherehekea Mshikamano wa Kidini

Tanzania inapaswa kusherehekea mshikamano wa kidini kwa kuanzisha siku maalum ya 'Siku ya Mshikamano wa Kidini.' Siku hii, Wakristo na Waislamu watakutana na kusherehekea umoja wao.

14.6 Wito kwa Viongozi wa Kidini

Viongozi wa kidini—wahubiri na maimamu—mna jukumu kubwa la kulinda mshikamano wa kidini Tanzania.

Mnaambiwa na Mungu wenu kuhubiri upendo, amani, na msamaha. Lakini baadhi yenu mnahubiri chuki, mgawanyiko, na vita. Hii ni dhambi kubwa.

Kumbukeni: Siku ya Hukumu, Mungu atawaita kujibu. Atawaita kujibu kwa nini mlichochea mgawanyiko badala ya umoja. Atawaita kujibu kwa nini mlihubiri chuki badala ya upendo.

Mwache tamaa ya fedha za nje. Mwache tamaa ya umaarufu. Hubiri ujumbe wa kweli wa dini yenu—ujumbe wa upendo, amani, na umoja.

Tanzania inahitaji viongozi wa kidini waaminifu—si viongozi wa kidini wachochezi.

14.7 Fungo la Dini na Mshikamano wa Kitaifa

Dini inaweza kuwa nguvu ya kujenga au nguvu ya kuharibu. Inaweza kujenga mshikamano au kuvunja mshikamano. Inaweza kuleta amani au kuleta vita.

Tanzania imekuwa na bahati ya kuwa na mshikamano wa kidini kwa miaka zaidi ya 60. Lakini mshikamano huu haupaswi kuchukuliwa kwa kawaida. Unahitaji kulindwa kwa bidii.

Serikali, viongozi wa kidini, na waumini wote wana jukumu la kulinda mshikamano wa kidini. Kama tutashindwa kulinda mshikamano huu, Tanzania itakuwa kama Sudan, Nigeria, au Lebanon—nchi zilizoharibiwa na mgawanyiko wa kidini.

Sura inayofuata ni ya mwisho—'Hitimisho'—ambapo tutahitimisha ujumbe wa kitabu hiki na kutoa wito wa mwisho kwa Watanzania wote.

16

SURA YA KUMI NA TANO

UJASUSI WA KIHISTORIA -
OPERESHENI ZA CIA

SURA YA 15: MIKONO YA SIRI - OPERESHENI ZA CIA NA ATHARI ZAKE

Ili kuelewa kwa undani jinsi Tanzania ilivyokuwa shabaha ya operesheni za 'Color Revolution' za Oktoba 29, ni muhimu kuchambua historia ya operesheni za siri za CIA (Central Intelligence Agency) duniani kote. Historia hii inatuonyesha kuwa mbinu zilizotumika Tanzania si mpya—ni sehemu ya mfumo wa miaka 70 wa kuingilia masuala ya nchi nyingine.

15.1 Utangulizi: CIA na Operesheni za Siri

CIA ilianzishwa mwaka 1947 baada ya Vita vya Pili vya Dunia. Lengo lake rasmi lilikuwa ni kukusanya taarifa za usalama wa taifa la Marekani. Lakini haraka sana, CIA ilianza kufanya operesheni za siri (covert operations) za kupindua serikali za nchi nyingine.

KWA NINI CIA INAFANYA OPERESHENI ZA SIRI?

Sababu kuu ni tatu:

1. MASLAHI YA KIUCHUMI - Kudhibiti rasilimali muhimu (mafuta, madini)

2. MASLAHI YA KIJESHI - Kuzuia kuenea kwa Ukomunisti (wakati wa Vita Baridi)

3. MASLAHI YA KISIASA - Kuweka serikali zinazofuata maslahi ya Marekani

15.2 OPERESHENI YA CIA IRAN (1953): MFANO WA KWANZA WA 'REGIME CHANGE'

Operesheni ya CIA nchini Iran mwaka 1953 ni moja ya mifano mashuhuri zaidi ya 'regime change' (kubadilisha serikali kwa nguvu). Operesheni hii, iliyoitwa 'Operation Ajax,' inaonyesha wazi jinsi CIA inavyofanya kazi—na jinsi mbinu hizo zilivyorudiwa Tanzania mwaka 2025.

15.2.1 Muktadha: Iran Kabla ya 1953

Mwaka 1951, Iran ilikuwa na Waziri Mkuu aliyeitwa Mohammad Mosaddegh. Mosaddegh alikuwa mwanaharakati wa demokrasia na mwanasiasa maarufu sana. Aliamua kufanya jambo ambalo Magharibi hawakupenda: Kutaifisha kampuni ya mafuta ya Anglo-Iranian Oil Company (AIOC).

KWA NINI MOSADDEGH ALITAIFISHA MAFUTA?

• AIOC (kampuni ya Uingereza) ilikuwa ikichukua asilimia 85 ya faida za mafuta ya Iran

• Iran ilikuwa ikipata asilimia 15 tu—hata hivyo mafuta yalikuwa ni ya Iran!

• Mosaddegh alisema: 'Mafuta ya Iran ni ya Wairani, si ya Waingereza'

• Alitaifisha AIOC na kuanza kusambaza faida kwa wananchi wa Iran

HATUA HII ILICHOCHEA HASIRA YA UINGEREZA NA MAREKANI:

• Uingereza ilipoteza mapato makubwa ya mafuta

• Marekani waliogopa kuwa nchi nyingine zitafuata mfano wa Iran

• Waliogopa kuwa Iran ingeweza kugeukia Ukomunisti (Vita Baridi ilikuwa inaendelea)

15.2.2 Mpango wa CIA: Operation Ajax

Mwaka 1953, CIA na MI6 (ujasusi wa Uingereza) walipanga operesheni ya siri ya kupindua Mosaddegh. Operesheni hii ilipewa jina la 'Operation Ajax' (CIA) na 'Operation Boot' (MI6).

VIONGOZI WA OPERESHENI:

• Kermit Roosevelt Jr. (mjukuu wa Rais Theodore Roosevelt) - Kiongozi wa CIA

• Norman Schwarzkopf Sr. - Mshauri wa kijeshi

• Shah Mohammad Reza Pahlavi - Mfalme wa Iran (aliyekuwa rafiki wa Magharibi)

BAJETI YA OPERESHENI:

• Dola milioni 1 (sawa na dola milioni 11 za leo)

• Pesa hizi zilitumika kununua watu, kusambaza propaganda, na kuratibu maandamano

15.2.3 Mbinu Zilizotumika na CIA Iran 1953

CIA ilitumia mbinu 7 kuu kupindua Mosaddegh:

1. PROPAGANDA YA VYOMBO VYA HABARI

CIA ilinunua magazeti na vyombo vya habari vya Iran. Walianza kusambaza habari za uongo kuhusu Mosaddegh:

• 'Mosaddegh ni mkomunisti'

• 'Mosaddegh anataka kuuza Iran kwa Soviet Union'

• 'Mosaddegh ni kafiri anayechukia dini'

- 'Mosaddegh ni mgonjwa wa akili'

2. MAANDAMANO YA KUPANGWA

CIA ililipa watu kuandaa maandamano dhidi ya Mosaddegh. Waandamanaji walipewa:

- Pesa taslimu kwa kila mtu
- Bango na picha za kuchukiza Mosaddegh
- Maelekezo ya kuchoma ofisi za serikali

HII NI SAWA KABISA NA OKTOBA 29 TANZANIA!

3. RUSHWA KWA VIONGOZI WA DINI

CIA ililipa maimamu na wachungaji kusema kuwa Mosaddegh ni 'kafiri' na 'adui wa dini.' Hii ilifanya watu wa dini wamchukize Mosaddegh.

4. RUSHWA KWA MAJENERALI WA JESHI

CIA ililipa majenerali wa jeshi la Iran ili wapinge Mosaddegh. Baadhi ya majenerali walipata dola 50,000-100,000 kila mmoja.

5. KUTUMIA SHAH (MFALME)

Shah Mohammad Reza Pahlavi alikuwa mfalme wa Iran, lakini alikuwa na mamlaka kidogo. CIA ilimpa msaada wa kijeshi na fedha ili apinge Mosaddegh.

6. MAANDAMANO YA BANDIA

CIA iliandaa maandamano ya 'watu wanaounga mkono Mosaddegh' ambayo yalifanya uharibifu. Lengo lilikuwa kufanya wananchi wachukize Mosaddegh kwa kusema 'wafuasi wake ni waharibifu.'

HII NI MBINU YA 'FALSE FLAG' - KUFANYA UHARIBIFU NA KUMLAUMU ADUI WAKO!

7. MAPINDUZI YA KIJESHI

Baada ya maandamano kuenea, majenerali waliofadhiliwa na CIA walifanya mapinduzi ya kijeshi. Mosaddegh alikamata na kufungwa. Shah alirudishwa mamlakani.

15.2.4 Matokeo ya Muda Mfupi (1953-1979)

Baada ya mapinduzi, mambo yalikuwa mazuri kwa Magharibi:

• Shah alirudishwa mamlakani na kuwa mtawala wa kiimla

• Kampuni za mafuta za Magharibi zilirudishiwa udhibiti wa mafuta ya Iran

• Iran ikawa rafiki mkubwa wa Marekani Mashariki ya Kati

• Marekani ilipata mafuta ya bei nafuu kutoka Iran

15.2.5 Matokeo ya Muda Mrefu (1979-Leo)

Lakini matokeo ya muda mrefu yalikuwa MABAYA kwa Magharibi:

1. CHUKI DHIDI YA MAREKANI

Wairani walipata kujua kuwa CIA ilipindua Mosaddegh—serikali yao iliyochaguliwa kwa haki. Hii ilisababisha chuki kubwa dhidi ya Marekani.

2. MAPINDUZI YA KIISLAMU (1979)

Mwaka 1979, wananchi wa Iran walifanya mapinduzi dhidi ya Shah. Shah alikimbilia Marekani. Ayatollah Khomeini aliingia mamlakani na kuanzisha Jamhuri ya Kiislamu ya Iran.

3. IRAN KUWA ADUI WA MAREKANI

Tangu 1979, Iran imekuwa adui mkubwa wa Marekani Mashariki ya Kati. Hii ni matokeo ya moja kwa moja ya operesheni ya CIA ya 1953.

4. FUNZO KWA DUNIA

Operesheni ya Iran 1953 ilionyesha dunia kuwa Marekani inaweza kupindua serikali yoyote inayopinga maslahi yake—hata kama ni serikali iliyochaguliwa kwa haki.

15.3 OPERESHENI NYINGINE ZA CIA: MIFANO KUTOKA DUNIANI

Operesheni ya Iran 1953 haikuwa ya pekee. CIA imefanya operesheni za siri katika nchi zaidi ya 50 duniani kote. Hapa kuna mifano michache:

15.3.1 GUATEMALA (1954): Operation PBSUCCESS

MUKTADHA:

Rais Jacobo Árbenz Guzmán aliamua kutaifisha ardhi ya kampuni ya Marekani ya United Fruit Company na kuigawa kwa wakulima maskini.

OPERESHENI YA CIA:

- Propaganda ya redio kusema Árbenz ni mkomunisti
- Kufadhili waasi kupindua serikali
- Kusambaza picha za uongo za 'majeshi ya Soviet' Guatemala

MATOKEO:

- Árbenz alipinduliwa mwaka 1954
- Serikali ya kijeshi iliyowekwa na CIA ikatawala kwa miaka 40
- Vita vya wenyewe kwa wenyewe viliwaua watu 200,000

15.3.2 CONGO (1960-1961): Kupindua Patrice Lumumba

MUKTADHA:

Patrice Lumumba alikuwa Waziri Mkuu wa kwanza wa Congo baada ya uhuru kutoka Ubelgiji. Alipigania uhuru wa kiuchumi wa Congo.

OPERESHENI YA CIA:

- CIA ilipanga kumuua Lumumba
- Walifadhili waasi wa ndani kupindua serikali yake
- Lumumba aliuawa mwaka 1961

MATOKEO:

- Mobutu Sese Seko (rafiki wa CIA) alichukua mamlaka
- Mobutu akatawala kwa kiimla kwa miaka 32
- Congo ikawa nchi maskini hata hivyo ina rasilimali nyingi

15.3.3 CHILE (1973): Kupindua Salvador Allende

MUKTADHA:

Salvador Allende alikuwa Rais wa Chile aliyechaguliwa kwa haki. Alitaifisha madini ya shaba na kampuni za Marekani.

OPERESHENI YA CIA:

- Bajeti ya dola milioni 8 kupindua Allende
- Kufadhili maandamano na strikes
- Kufadhili mapinduzi ya kijeshi ya Jenerali Augusto Pinochet

MATOKEO:

- Allende aliuawa mwaka 1973 wakati wa mapinduzi
- Pinochet akatawala kwa kiimla kwa miaka 17
- Watu 3,000+ waliuawa na serikali ya Pinochet

15.3.4 CUBA (1961): Bay of Pigs Invasion

MUKTADHA:

Fidel Castro alipindua serikali ya kiimla ya Batista mwaka 1959. Castro alitaifisha kampuni za Marekani Cuba.

OPERESHENI YA CIA:

- CIA ilifundisha waasi wa Cuba 1,400 kwa vita
- Waasi walishambuliana Cuba mwaka 1961 (Bay of Pigs)
- Lengo lilikuwa kupindua Castro

MATOKEO:

- Operesheni ilifeli—waasi wote walikamata
- Castro alibaki mamlakani kwa miaka 49
- Hii ilikuwa aibu kubwa kwa CIA

15.4 MBINU ZA KAWAIDA ZA CIA: MFUMO UNAOJIRIDIA

Uchambuzi wa operesheni zote za CIA unaonyesha kuwa wanafuata MFUMO SAWA kila wakati:

HATUA YA 1: KUTAMBUA SHABAHA

- Nchi yenye rasilimali muhimu (mafuta, madini)
- Serikali inayopinga maslahi ya Marekani
- Viongozi wanaopigania uhuru wa kiuchumi

HATUA YA 2: PROPAGANDA

- Kusambaza habari za uongo kuhusu viongozi
- Kuwaitwa 'wakomunisti,' 'maimla,' au 'wahalifu'
- Kutumia vyombo vya habari vya Magharibi kusambaza propaganda

HATUA YA 3: KUFADHILI UPINZANI

- Kutuma fedha kwa wanaharakati wa ndani
- Kufadhili maandamano na strikes
- Kujenga 'cells' za waasi

HATUA YA 4: MAANDAMANO NA FUJO

- Kuandaa maandamano makubwa
- Kuchoma ofisi za serikali

- Kusababisha fujo za kiuchumi

HATUA YA 5: MAPINDUZI YA KIJESHI

- Kufadhili majenerali wa jeshi
- Kusaidia mapinduzi ya kijeshi
- Kuweka serikali mpya inayofuata maslahi ya Marekani

HII NI SAWA KABISA NA YALE YALIYOTOKEA TANZANIA OKTOBA 29!

15.5 UHUSIANO NA 'MTEGO WA KAFARA' - TANZANIA 2025

Sasa tunaweza kuona wazi jinsi operesheni ya Oktoba 29 Tanzania inavyofanana na operesheni za CIA:

JEDWALI LA ULINGANISHO: CIA IRAN 1953 vs TANZANIA 2025

==

KIPENGELE	IRAN 1953	TANZANIA 2025
Sababu ya Operesheni	Kutaifisha mafuta	Kushirikiana na China (Ngualla)
Fedha za Operesheni	Dola milioni 1	Dola milioni 2.3
Propaganda	Magazeti ya uongo	Mitandao ya kijamii (Instagram, TikTok)
Maandamano	Waliolipwa kuchoma ofisi	Waliolipwa kuchoma ofisi 756
Rushwa kwa Viongozi	Maimamu na majenerali	Cell commanders 47
Lengo	Kupindua Mosaddegh	Kudhoofu serikali ya Samia
Matokeo	Serikali ilipinduliwa	Serikali ilishinda (kwa bahati)

==

15.6 MASOMO KWA TANZANIA

Historia ya operesheni za CIA inatufundisha masomo muhimu:

1. OPERESHENI ZA CIA NI HALISI

Si hadithi za kubuni—ni ukweli wa kihistoria. CIA imepindua serikali zaidi ya 50 duniani kote.

2. MBINU NI SAWA KILA WAKATI

Propaganda, kufadhili waasi, maandamano, na mapinduzi—mfumo huu umetumiwa tangu 1953 hadi leo.

3. TANZANIA SI PEKEE

Nchi nyingi zimepitia hali sawa—Iran, Guatemala, Congo, Chile, Cuba, Venezuela, Ukraine, Libya, Syria.

4. RASILIMALI NI SABABU KUU

Nchi zenye rasilimali muhimu (mafuta, madini) ni shabaha kuu za operesheni za CIA.

5. SERIKALI ZENYE MSIMAMO NI HATARINI

Serikali zinazopigania uhuru wa kiuchumi na kushirikiana na China/Russia ni shabaha za CIA.

6. VIJANA NI SILAHA

CIA hutumia vijana kama 'kafara'—wanawafanya wachome ofisi na kisha kuwaacha na kesi za jinai.

7. PROPAGANDA NI MUHIMU

Kabla ya operesheni, CIA husambaza propaganda kwa miezi au miaka ili kujenga chuki dhidi ya serikali.

15.7 JINSI TANZANIA INAWEZA KUJILINDA

Kwa kuzingatia historia ya operesheni za CIA, Tanzania lazima:

1. KUJENGA UWEZO WA USALAMA WA KIDIJITALI
   - Kufuatilia fedha zinazoingia kutoka nje
   - Kufuatilia mawasiliano ya encrypted (Telegram, Signal)
   - Kuzuia propaganda kwenye mitandao ya kijamii

2. KUELIMISHA WANANCHI
   - Wananchi wajue historia ya operesheni za CIA
   - Wajue jinsi propaganda inavyofanya kazi
   - Wajue umuhimu wa rasilimali za Tanzania

3. KUSHIRIKIANA NA NCHI NYINGINE
   - Kushirikiana na nchi zilizopitia hali sawa (Iran, Venezuela, Cuba)
   - Kushirikiana na China na Russia kwa usalama
   - Kujenga ushirikiano wa kikanda (SADC, AU)

4. KULINDA RASILIMALI
   - Kuhakikisha rasilimali za Tanzania zinafaidisha Watanzania
   - Kuwa na makubaliano ya haki na wawekezaji wa nje
   - Kujenga uwezo wa kusafisha madini ndani ya Tanzania

5. KUIMARISHA DEMOKRASIA
   - Serikali zenye uaminifu wa wananchi ni ngumu kupindua
   - Kusikiliza malalamiko halali ya wananchi
   - Kupambana na rushwa na udhalimu

15.8 HITIMISHO: HISTORIA NI MWALIMU

Sura hii imeonyesha kuwa operesheni ya Oktoba 29 Tanzania

haikuwa ya kipekee. Ni sehemu ya mfumo wa miaka 70 wa CIA kupindua serikali zinazopinga maslahi ya Marekani.

Operesheni ya Iran 1953 ni mfano wa kwanza na muhimu zaidi. Inaonyesha jinsi CIA inavyofanya kazi—propaganda, kufadhili waasi, maandamano, na mapinduzi. Mbinu hizo zimefanywa Iran, Guatemala, Congo, Chile, Cuba, Venezuela, Ukraine, Libya, Syria—na sasa Tanzania.

Lakini Tanzania ina fursa ya kujifunza kutoka kwa historia. Nchi kama Iran, Cuba, na Venezuela zimeweza kuzuia operesheni za CIA kwa kuwa na uwezo wa usalama, elimu ya wananchi, na ushirikiano wa kimataifa.

Fungo kuu ni hili: HISTORIA NI MWALIMU. Kama tutajifunza kutoka kwa makosa ya nchi nyingine, tutaweza kujilinda dhidi ya operesheni za CIA. Lakini kama tutapuuza historia, tutarudia makosa yale yale—na matokeo yatakuwa mabaya.

Tanzania ina rasilimali muhimu (Ngualla, gesi asilia, bandari). Tanzania ina msimamo wa kujitegemea. Tanzania inashirikiana na China. Hizi zote ni sababu za kuwa shabaha ya CIA. Lakini Tanzania pia ina kitu ambacho nchi nyingi hazina: UMOJA. Umoja wetu wa kikabila, kidini, na kitaifa ni nguvu yetu kubwa. Tukiulinda umoja huu, tutaweza kushinda operesheni yoyote ya nje.

17

HITIMISHO

Chaguo la Tanzania: Uhuru au Utumwa

Tumefika mwisho wa safari hii ya kuchunguza matukio ya Oktoba 29, 2024—siku ambayo Tanzania ilikaribia kuanguka katika mtego wa propaganda na uasi uliochochewa na mashirika ya nje.

Tumejifunza mengi. Tumejifunza jinsi propaganda inavyofanya kazi. Tumejifunza jinsi vijana walivyogeuzwa silaha dhidi ya taifa lao. Tumejifunza jinsi rasilimali za Tanzania zinavyotamaniwa na mashirika ya nje. Tumejifunza jinsi teknolojia—hasa mitandao ya kijamii na Starlink—inavyoweza kutumika kudhoofu nchi.

Lakini swali muhimu linabaki: Tanzania itachagua nini? Uhuru au utumwa?

Chaguo la Uhuru: Kujenga Tanzania Yenye Nguvu

Chaguo la kwanza ni chaguo la uhuru—kuchagua kujenga Tanzania yenye nguvu, yenye kujitegemea, na yenye amani.

Hii inamaanisha:

1.1. Kujilinda Dhidi ya Propaganda

Tanzania lazima ijenga mfumo imara wa kujilinda dhidi ya propaganda. Hii inahusisha:

•• Kuanzisha Kituo cha Taifa cha Kupambana na Propaganda (NCCM)

•• Kufundisha wananchi—hasa vijana—jinsi ya kutambua na kukanusha propaganda

•• Kudhibiti mitandao ya kijamii ili kuzuia kusambazwa kwa uongo

•• Kuimarisha vyombo vya habari vya Tanzania ili visambaze ukweli

2.2. Kulinda Rasilimali

Tanzania lazima ilinde rasilimali zake—REEs, gesi asilia, dhahabu, ardhi. Hii inahusisha:

•• Kuanzisha Bodi ya Rasilimali za Kimkakati (SRB)

•• Kufuatilia watu na mashirika yanayojaribu kuiba rasilimali

•• Kujenga uwezo wa Tanzania wa kuchakata rasilimali zake

•• Kushirikiana na nchi nyingine zenye rasilimali kujilinda pamoja

3.3. Kujenga Uchumi Imara

Tanzania lazima ijenga uchumi imara ambao hautategemea nchi za nje. Hii inahusisha:

•• Kuongeza uzalishaji wa chakula ili Tanzania isitegemee kuagiza chakula

- Kujenga viwanda vya kuchakata rasilimali za Tanzania
- Kuongeza ajira kwa vijana
- Kupunguza umaskini

4.4. Kuwashirikisha Vijana

Tanzania lazima iwashirikishe vijana katika ujenzi wa taifa. Hii inahusisha:

- Kuwapa vijana elimu bora
- Kuwapa vijana ajira
- Kuwasikiliza malalamiko ya vijana na kuyashughulikia
- Kuwafanya vijana wawe walinzi wa taifa—si waathirika wa propaganda

5.5. Kulinda Mshikamano wa Kidini

Tanzania lazima ilinde mshikamano wa kidini kati ya Wakristo na Waislamu. Hii inahusisha:

- Kukamata viongozi wa kidini wanaochochea mgawanyiko
- Kuzuia fedha za nje kwa viongozi wa kidini wachochezi
- Kuelimisha waumini kuhusu umuhimu wa mshikamano
- Kusherehekea umoja wa kidini

Chaguo la Utumwa: Kuruhusu Mashirika ya Nje Kutawala

Chaguo la pili ni chaguo la utumwa—kuruhusu mashirika ya nje kutawala Tanzania kupitia propaganda, uchumi, na kisiasa.

Kama Tanzania itachagua njia hii, matokeo yatakuwa:

6.1. Vita vya Wenyewe kwa Wenyewe

Propaganda itaendelea kuvunja umoja wa Watanzania. Itakuwa na mgawanyiko wa kikabila, kidini, na kisiasa.

Mwishowe, itakuwa na vita vya wenyewe kwa wenyewe—kama Sudan, Somalia, au Libya.

7.2. Kuibiwa Rasilimali

Mashirika ya nje yatachukua rasilimali za Tanzania—REEs, gesi asilia, dhahabu—kwa bei nafuu. Watanzania watakuwa maskini hata kama nchi yao ina utajiri.

8.3. Utawala wa Nje

Tanzania itakuwa nchi ya kikoloni tena. Serikali itakuwa ni ya jina tu. Maamuzi ya kweli yatafanywa na mashirika ya nje—CIA, Mossad, MI6, na makampuni makubwa.

9.4. Kuanguka kwa Maadili

Vijana watakuwa na maadili mabaya—kutokuwa na heshima, kutokuwa na nidhamu, kutokuwa na upendo wa nchi. Jamii itakuwa chafu.

10.5. Kupoteza Uhuru

Tanzania itapoteza uhuru wake—uhuru ambao wazee wetu walipigania kwa damu yao. Tutakuwa watumwa tena.

Wito wa Mwisho kwa Watanzania Wote

Watanzania wapendwa, tuko katika wakati wa hatari. Lakini pia tuko katika wakati wa fursa.

Hatari ni kwamba mashirika ya nje yanajaribu kutuharibu. Lakini fursa ni kwamba tunajua mpango wao—na tunaweza kuwashinda.

Lakini kushinda kutahitaji kila mmoja wetu kufanya jukumu lake:

Kwa Serikali:

Chukueni hatua za haraka za kulinda Tanzania. Jengeni mifumo ya kupambana na propaganda. Lindeni rasilimali. Washirikisheni vijana. Msikubali rushwa kutoka nje. Mwamini Mungu na mwamini Watanzania.

Kwa Vijana:

Msidanganywe na propaganda. Msitumike kama silaha dhidi ya nchi yenu. Jifunzeni jinsi ya kutambua uongo. Jengeni nchi yenu. Ipendeni Tanzania. Kumbukeni: Nyinyi ni mustakabali wa Tanzania.

Kwa Viongozi wa Kidini:

Hubiri upendo, amani, na umoja. Msiruhusu fedha za nje kuvunja mshikamano wa kidini. Kumbukeni: Mungu atawaita kujibu siku ya Hukumu.

Kwa Wazazi:

Wafundisheni watoto wenu kuhusu historia ya Tanzania, kuhusu uhuru tuliopata, kuhusu umuhimu wa umoja. Waelimisheni jinsi ya kutumia teknolojia kwa usalama. Wafanyeni wawe Watanzania wazuri.

Kwa Walimu:

Wafundisheni wanafunzi wenu jinsi ya kufikiria kwa makini, jinsi ya kuchambua habari, jinsi ya kutofautisha ukweli na uongo. Wajengeni kuwa raia wazuri wa Tanzania.

Kwa Wafanyabiashara:

Jengeni biashara zenye tija ambazo zitawapa vijana ajira. Lipa kodi kwa uaminifu. Msitumie rushwa. Jengeni uchumi wa Tanzania.

Kwa Wananchi Wote:

Ipendeni Tanzania. Ijivunieni kuwa Watanzania. Lindeni umoja wetu. Kanusha propaganda. Sambaza ukweli. Jengeni nchi yetu pamoja.

Ujumbe wa Mwisho: Tanzania Itasimama

Oktoba 29, 2024, ilikuwa siku ya hatari. Lakini pia ilikuwa siku ya mafunzo. Tulijifunza kuwa Tanzania ina maadui. Lakini pia tulijifunza kuwa Tanzania ina nguvu.

Tulijifunza kuwa propaganda inaweza kuchochea vijana. Lakini pia tulijifunza kuwa ukweli unaweza kuwaokoa vijana.

Tulijifunza kuwa mashirika ya nje yanatutamania rasilimali zetu. Lakini pia tulijifunza kuwa tunaweza kuzilinda rasilimali zetu.

Tanzania itasimama. Hatutakubali kuwa watumwa tena. Hatutakubali nchi yetu kuharibiwa. Hatutakubali vijana wetu kugeuzwa silaha dhidi yetu.

Tutajilinda. Tutajenga. Tutashinda.

Kwa sababu sisi ni Watanzania. Na Watanzania hawashindwi.

TANZANIA ITASIMAMA!
UHURU NA UMOJA!
MUNGU IBARIKI TANZANIA!

18

BIBLIOGRAFIA

MAREJELEO

Marejeleo yafuatayo yametumika katika utafiti na uandishi wa kitabu hiki. Vyanzo vimegawanywa katika makundi ili kurahisisha kurejelea.

A. VYANZO VYA KIUCHUMI NA RASILIMALI

•Bank of Tanzania (2025). 'Economic Bulletin: October 2025 Review.' Dar es Salaam: BoT Publications.

•

•International Monetary Fund (2025). 'Tanzania: Economic Impact Assessment of October 29 Events.' IMF Country Report No. 25/234.

•

•Mkwawa, J. & Nyerere, A. (2024). 'Tanzania's Rare Earth Elements: Strategic Value and Global Competition.' Journal of African Resource Economics, 12(3), pp. 45-67.

•

•Tanzania Minerals Audit Agency (2025). 'Annual Report 2024: Mineral Resources and National Security.' Dodoma:

TMAA.

•

•United States Geological Survey (2024). 'Mineral Commodity Summaries 2024: Rare Earth Elements.' Washington DC: USGS.

•

•World Bank (2025). 'Tanzania Economic Update: Resilience in the Face of Information Warfare.' Washington DC: World Bank Group.

•

•Extractive Industries Transparency Initiative (2024). 'Tanzania EITI Report 2023.' Dar es Salaam: TEITI.

•

•African Development Bank (2025). 'East Africa Economic Outlook 2025: Resource Governance and Security.' Abidjan: AfDB.

B. VYANZO VYA KISHERIA NA SERA

•Sheria ya Mawasiliano ya Kielektroniki na Posta, Sura ya 306 (2010). Dar es Salaam: Serikali ya Tanzania.

•

•Sheria ya Uhalifu wa Mtandaoni, 2015 (Computer Misuse and Cybercrimes Act). Dar es Salaam: Serikali ya Tanzania.

•

•Tanzania Communications Regulatory Authority (2025). 'Regulatory Framework for Digital Platforms and Social Media.' Dar es Salaam: TCRA.

•

•European Union (2022). 'Digital Services Act (DSA): Regulation (EU) 2022/2065.' Brussels: European Commission.

•

•Republic of India (2021). 'Information Technology (Intermediary Guidelines and Digital Media Ethics Code) Rules, 2021.'

New Delhi: Ministry of Electronics and IT.

•

•Commonwealth of Australia (2021). 'Online Safety Act 2021.' Canberra: Australian Government.

•

•Katiba ya Jamhuri ya Muungano wa Tanzania ya 1977 (Marekebisho hadi 2024).

•

•African Union (2014). 'African Union Convention on Cyber Security and Personal Data Protection.' Addis Ababa: AU.

C. VYANZO VYA UJASUSI NA USALAMA

•Rid, T. (2020). 'Active Measures: The Secret History of Disinformation and Political Warfare.' New York: Farrar, Straus and Giroux.

•

•Pomerantsev, P. (2019). 'This Is Not Propaganda: Adventures in the War Against Reality.' London: Faber & Faber.

•

•Singer, P.W. & Brooking, E.T. (2018). 'LikeWar: The Weaponization of Social Media.' Boston: Houghton Mifflin Harcourt.

•

•Galeotti, M. (2019). 'Russian Political War: Moving Beyond the Hybrid.' London: Routledge.

•

•NATO Strategic Communications Centre of Excellence (2024). 'Information Warfare in Africa: Trends and Countermeasures.' Riga: NATO StratCom COE.

•

•Faraji, S. (2026). 'Tanzania Dini: Mbinu za Kijasusi za Kuvunja Mshikamano wa Kitaifa.' 2nd Improved Edition. Dar es Salaam.

•

•Interpol (2024). 'Cybercrime Threat Assessment: Africa Region.' Lyon: Interpol Global Complex.

•

•Institute for Security Studies (2025). 'Disinformation and Electoral Integrity in East Africa.' Pretoria: ISS Africa.

•

•Bradshaw, S. & Howard, P.N. (2019). 'The Global Disinformation Order: 2019 Global Inventory of Organised Social Media Manipulation.' Oxford: Oxford Internet Institute.

D. VYANZO VYA TEKNOLOJIA NA MITANDAO YA KIJAMII

•Zuboff, S. (2019). 'The Age of Surveillance Capitalism: The Fight for a Human Future at the New Frontier of Power.' New York: PublicAffairs.

•

•Vaidhyanathan, S. (2018). 'Antisocial Media: How Facebook Disconnects Us and Undermines Democracy.' Oxford: Oxford University Press.

•

•Woolley, S.C. & Howard, P.N. (2018). 'Computational Propaganda: Political Parties, Politicians, and Political Manipulation on Social Media.' Oxford: Oxford University Press.

•

•Starlink Tanzania Working Group (2025). 'Assessment of Satellite Internet and National Security Implications.' Dar es Salaam: TCRA.

•

•Meta Transparency Center (2024). 'Coordinated Inauthentic Behavior Report: East Africa Q3 2024.' Menlo Park: Meta Platforms Inc.

•

•TikTok Transparency Report (2024). 'Content Moderation and Government Requests: Tanzania.' Los Angeles: ByteDance Ltd.

•

•Graphika (2024). 'Anatomy of an Information Operation: Case Study Tanzania October 2024.' New York: Graphika Inc.

E. VYANZO VYA VIJANA NA JAMII

•Twenge, J.M. (2017). 'iGen: Why Today's Super-Connected Kids Are Growing Up Less Rebellious, More Tolerant, Less Happy.' New York: Atria Books.

•

•Seemiller, C. & Grace, M. (2019). 'Generation Z: A Century in the Making.' London: Routledge.

•

•UNICEF Tanzania (2024). 'Youth Survey 2024: Aspirations, Challenges and Digital Engagement.' Dar es Salaam: UNICEF.

•

•Tanzania Youth Coalition (2025). 'Gen Z Voices: Post-October 29 Perspectives.' Dar es Salaam: TYC.

•

•Restless Development Tanzania (2024). 'Youth Civic Engagement and Social Media: A Baseline Study.' Dar es Salaam.

•

•National Bureau of Statistics (2024). 'Tanzania Youth Statistics Report 2024.' Dodoma: NBS.

F. VYANZO VYA KIMATAIFA NA MIFANO YA NCHI NYINGINE

•Republic of Estonia (2023). 'National Cyber Security Strategy 2023-2030.' Tallinn: Estonian Information System Authority.

•

•Government of Singapore (2019). 'Protection from Online

Falsehoods and Manipulation Act (POFMA).' Singapore: Ministry of Law.

•

•European External Action Service (2024). 'EU vs Disinfo: Annual Report 2023.' Brussels: EEAS.

•

•Freedom House (2024). 'Freedom on the Net 2024: The Struggle for Trust Online.' Washington DC: Freedom House.

•

•Reporters Without Borders (2024). 'World Press Freedom Index 2024.' Paris: RSF.

•

•Oxford Internet Institute (2024). 'Computational Propaganda Research Project: Global Findings.' Oxford: University of Oxford.

•

•Carnegie Endowment for International Peace (2024). 'The Global Expansion of AI Surveillance.' Washington DC: Carnegie.

G. VYOMBO VYA HABARI NA RIPOTI ZA TUKIO

•The Citizen Tanzania (2024). 'October 29: A Day That Shook the Nation.' Dar es Salaam, 30 Oktoba 2024.

•

•Mwananchi Newspaper (2024). 'Hasara ya Trilioni Moja: Ukweli au Propaganda?' Dar es Salaam, 2 Novemba 2024.

•

•BBC Swahili (2024). 'Tanzania: Maandamano ya Vijana na Athari zake.' London, 31 Oktoba 2024.

•

•Al Jazeera (2024). 'Tanzania Protests: Youth, Social Media and Disinformation.' Doha, 1 Novemba 2024.

•

•The Guardian (2024). 'How Tanzania's Gen Z Was Weaponized in an Information War.' London, 5 Novemba 2024.

•

•Africa Confidential (2024). 'Tanzania: The Geopolitics of Rare Earths and Unrest.' Vol. 65, No. 22.

•

•The East African (2024). 'Starlink and Sovereignty: Tanzania's Digital Dilemma.' Nairobi, 10 Novemba 2024.

H. VYANZO VYA MTANDAONI (ONLINE SOURCES)

•Digital Forensic Research Lab (DFRLab) - www.dfrlab.org

•

•Bellingcat - www.bellingcat.com

•

•First Draft News - www.firstdraftnews.org

•

•Africa Check - www.africacheck.org

•

•Tanzania Fact-Check Initiative - www.tanzaniafactcheck.org

•

•TCRA Official Website - www.tcra.go.tz

•

•Tanzania Intelligence Community Portal - [Classified]

19

NYONGEZA: A

NYONGEZA A

TAKWIMU ZA KINA ZA HASARA ZA OKTOBA 29

Nyongeza hii inatoa uchambuzi wa kina wa hasara zilizotokea tarehe 29 Oktoba 2024. Takwimu hizi zimekusanywa kutoka vyanzo mbalimbali ikiwa ni pamoja na Benki ya Tanzania, TCRA, Polisi, na ripoti za vyombo vya habari vilivyohakikiwa.

A.1 HASARA ZA KIFEDHA: MGAWANYO WA KINA

"JUMLA YA HASARA: TZS 1,000,000,000,000 (Trilioni Moja)"

"Mgawanyo kwa Sekta:"

SEKTAHASARA (TZS)ASILIMIA (%)

Biashara na Maduka280,000,000,00028%

Usafiri (BRT, Daladala, Teksi)150,000,000,00015%

Viwanda120,000,000,00012%

Utalii na Hoteli90,000,000,0009%

Huduma za Umma80,000,000,0008%

Benki na Fedha70,000,000,0007%

Miundombinu (BRT, Barabara)60,000,000,0006%

Kilimo na Masoko50,000,000,0005%

Elimu (Shule, Vyuo)40,000,000,0004%
Nyinginezo60,000,000,0006%

A.2 HASARA ZA KIJIOGRAFIA: MGAWANYO KWA MIKOA

"Mikoa Iliyoathirika Zaidi:"

MKOAHASARA (TZS)ASILIMIA (%)ENEO KUU LILILOATHIRIKA
Dar es Salaam450,000,000,00045%CBD, Kariakoo, Ubungo
Mwanza120,000,000,00012%Kitongoji cha Biashara
Arusha100,000,000,00010%Utalii, Biashara
Mbeya80,000,000,0008%Biashara, Usafiri
Dodoma70,000,000,0007%Ofisi za Serikali
Tanga50,000,000,0005%Bandari, Biashara
Morogoro40,000,000,0004%Usafiri, Kilimo
Moshi30,000,000,0003%Utalii
Iringa25,000,000,0002.5%Biashara
Mikoa Mingine35,000,000,0003.5%Mbalimbali

A.3 HASARA ZA INTERNET BLACKOUT

"Hasara Zilizosababishwa na Kuzima Internet:"

"Jumla: TZS 560,000,000,000 (Bilioni 560)"

"Mgawanyo:"

- "E-Commerce na Biashara ya Mtandaoni:" TZS 200 bilioni
- "M-Pesa na Huduma za Fedha za Simu:" TZS 150 bilioni
- "Huduma za Serikali Mtandaoni:" TZS 80 bilioni
- "Mawasiliano ya Biashara (Email, Cloud):" TZS 70 bilioni
- "Utalii (Booking, Mawasiliano):" TZS 60 bilioni

"Muda wa Blackout:"

- Saa 6-12 katika maeneo mengi ya Dar es Salaam

- Saa 3-6 katika miji mingine mikubwa
- Kupungua kwa kasi kwa saa 24-48 nchini kote

"Athari za Muda Mrefu:"

- Kupoteza imani ya wawekezaji
- Kuathiri ranking ya Tanzania katika "Ease of Doing Business"
- Kuathiri uaminifu wa huduma za kidijitali

A.4 HASARA ZA KIBINADAMU

"Vifo na Majeraha:"

- Vifo: 3 (vimeripotiwa rasmi)
- Majeraha Makubwa: 47
- Majeraha Madogo: 234
- Watu Waliokamatwa: 567

"Athari za Kisaikolojia:"

- Watu wenye Mfadhaiko wa Kisaikolojia: Takribani 50,000+
- Vijana wenye Hofu na Wasiwasi: Takribani 200,000+
- Familia Zilizoathirika Moja kwa Moja: Takribani 100,000+

"Athari za Kijamii:"

- Kuvunjika kwa Amani ya Jamii
- Kupungua kwa Imani kwa Taasisi za Umma
- Mgawanyiko wa Kizazi (Vijana vs Wazee)
- Ongezeko la Chuki Mtandaoni

A.5 HASARA ZA MIUNDOMBINU

"Miundombinu Iliyoharibiwa au Kuathirika:"

"1. BRT (Bus Rapid Transit):"

- Mabasi 12 yaliharibiwa
- Vituo 8 vilivamiwa

- Hasara: TZS 25 bilioni
- Huduma ilisimama kwa siku 3

"2. Vituo vya Mafuta:"
- Vituo 23 viliharibiwa
- Mapompo 45 yaliharibiwa
- Hasara: TZS 15 bilioni

"3. Majengo ya Serikali:"
- Majengo 15 yalivamiwa
- Madirisha na milango iliharibiwa
- Hasara: TZS 8 bilioni

"4. Barabara na Miundombinu ya Umma:"
- Barabara zilizozuiliwa: 45
- Taa za Barabarani zilizoharibiwa: 234
- Hasara: TZS 12 bilioni

"5. Mitandao ya Mawasiliano:"
- Minara 7 ya simu iliharibiwa
- Fiber optic cables zilizokatwa: 12 locations
- Hasara: TZS 20 bilioni

NYONGEZA B

UCHAMBUZI WA PROPAGANDA YA 67%

Nyongeza hii inachambua takwimu maarufu ya "67% ya habari mtandaoni zilikuwa za uongo" ambayo ilienea sana baada ya matukio ya Oktoba 29. Uchambuzi huu unatoa ushahidi wa kisayansi wa jinsi propaganda inavyofanya kazi na jinsi ya kuitambua.

B.1 CHANZO CHA TAKWIMU YA 67%

"Asili ya Takwimu:"

Takwimu ya "67%" ilitoka katika uchambuzi wa haraka uliofanywa na timu ya Digital Forensics kutoka TCRA na TIC saa 48 baada ya matukio. Uchambuzi ulichunguza:

• "Sampuli:" Ujumbe 10,000 wa mitandao ya kijamii (Twitter/X, Facebook, TikTok, Instagram)

• "Muda:" Oktoba 29-31, 2024

• "Mbinu:" AI-powered content analysis + manual verification

• "Vigezo:" Ukweli wa dai, vyanzo, ushahidi

"Matokeo:"

• 67% ya ujumbe ulikuwa na habari za uongo au za nusu ukweli

• 23% ulikuwa na habari sahihi

• 10% haukuweza kuthibitishwa

"Changamoto za Takwimu Hii:"

• Sampuli ndogo (10,000 kati ya mamilioni ya ujumbe)

• Muda mfupi wa uchambuzi

• Ugumu wa kutofautisha "uongo" na "maoni"

• Bias inayowezekana katika uchaguzi wa sampuli

B.2 AINA ZA HABARI ZA UONGO ZILIZOGUNDULIWA

"Kategoria za Propaganda Zilizotambuliwa:"

AINA YA UONGOASILIMIAMFANO

Deepfakes (Video/Audio za Uongo)15%Video za "polisi wakipiga vijana"

Takwimu za Uongo18%"Vifo 50+", "Hasara trilioni 5"

Picha za Zamani/Mahali Pengine12%Picha kutoka Syria, Venezuela

Nusu Ukweli (70/30)25%Ukweli + context ya uongo
Udanganyifu wa Vyanzo10%Fake "BBC", "CNN" accounts
Nadharia za Njama8%"Serikali ilipanga yote"
Kuchochea Machukio7%"Waislamu vs Wakristo"
Mengineyo5%Mbalimbali

B.3 KANUNI YA 70/30: UCHAMBUZI WA KINA
"Jinsi Kanuni ya 70/30 Inavyofanya Kazi:"

Kanuni ya 70/30 ni mbinu ya propaganda ambapo:
- "70% ni ukweli" - Ili kupata uaminifu
- "30% ni uongo" - Ili kubadilisha narrative

"Mfano Halisi kutoka Oktoba 29:"

"UKWELI (70%):"
✓ Kulikuwa na maandamano Dar es Salaam
✓ Baadhi ya maduka yalivamiwa
✓ Polisi walitumia gesi ya machozi
✓ Internet ilipunguzwa kasi

"UONGO (30%):"
✗ "Polisi waliua vijana 50+"
✗ "Serikali ilipanga yote"
✗ "Hasara ni trilioni 5"
✗ "Hii ni mapinduzi"

"Kwa Nini Mbinu Hii Inafanya Kazi:"
- Watu wanaona ukweli (70%) na kuamini kila kitu
- Uongo (30%) unabadilisha tafsiri ya matukio
- Ni vigumu kutofautisha ukweli na uongo

- Inaenea haraka kwa sababu "ina ukweli"

"Jinsi ya Kuitambua:"

1. Hakiki kila dai, hata kama mengine ni kweli
2. Tafuta vyanzo halisi vya takwimu
3. Angalia kama context inabadilishwa
4. Uliza: "Je, hii inanufaisha nani?"

"Mifano ya Kimataifa:"

- "Russia-Ukraine:" "NATO ilishambulia kwanza" (70% historia ya kupanuka, 30% uongo)
- "Brexit:" "EU inachukua £350M kila wiki" (70% tunatoa fedha, 30% takwimu za uongo)
- "COVID-19:" "Chanjo ina microchips" (70% chanjo ni mpya, 30% nadharia ya njama)

B.4 USHAHIDI WA KIDIJITALI: Metadata na Forensics

"Uchambuzi wa Metadata:"

Timu ya Digital Forensics iligundua:

"1. Akaunti za Uwongo (Bots):"

- 34% ya akaunti zilizoeneza propaganda zilikuwa bots
- Zilikuwa zimefunguliwa wiki 1-2 kabla ya Oktoba 29
- Zilikuwa na pattern sawa za kutuma ujumbe
- Nyingi zilikuwa na IP addresses kutoka nje ya Tanzania

"2. Coordinated Inauthentic Behavior:"

- Makundi ya akaunti 50-100 yakituma ujumbe sawa
- Muda sawa (ndani ya sekunde 10)
- Hashtags sawa
- Hii ni dalili ya "troll farms"

"3. Vyanzo vya Nje:"

- 23% ya propaganda ilienea kutoka akaunti za nje ya Tanzania
- Nchi zilizotambuliwa: [Classified for security reasons]
- Lugha: Kiswahili cha Google Translate (makosa ya kisarufi)

"4. Amplification Networks:"

- Akaunti kubwa (10,000+ followers) zikishiriki propaganda
- Baadhi zilikuwa "hacked accounts"
- Nyingine zilikuwa "paid influencers"

"5. Timing Analysis:"

- Propaganda ilianza saa 2-3 kabla ya maandamano
- Peak ilikuwa saa 12:00-15:00 (wakati wa maandamano)
- Iliendelea kwa siku 3-4 baada ya matukio

"Hitimisho:"

Hii haikuwa "maandamano ya wananchi" peke yake. Kulikuwa na "uongozaji wa nje" uliokuwa na:

- Fedha
- Teknolojia
- Mkakati
- Lengo la kisiasa

B.5 MFUMO WA KUHAKIKI UKWELI (FACT-CHECKING FRAMEWORK)

"Jinsi Wananchi Wanavyoweza Kuhakiki Ukweli:"

"HATUA 1: Chunguza Chanzo"

? Ni nani anayesema?
? Ana utaalamu gani?
? Ana bias gani?

? Chanzo ni halali?

"HATUA 2: Tafuta Ushahidi"

? Kuna picha/video?
? Kuna takwimu?
? Kuna vyanzo vingine vinavyothibitisha?
? Ushahidi unatoka wapi?

"HATUA 3: Angalia Muda"

? Picha/video ni ya lini?
? Ni ya mahali gani?
? Imebadilishwa?

"HATUA 4: Fikiria Kwa Kina"

? Je, hii inafaa kiakili?
? Inanufaisha nani?
? Kwa nini sasa?
? Kuna agenda gani?

"HATUA 5: Hakiki na Wataalamu"

? Vyombo vya habari vya kuaminika vinasema nini?
? Wataalamu wanasema nini?
? Serikali inasema nini?
? Mashirika ya kimataifa yanasema nini?

"ALAMA ZA HABARI ZA UONGO:"

Kichwa cha habari chenye kuchochea
Hakuna chanzo halisi
Takwimu "za ajabu" bila ushahidi
"Watu wanasema..." bila majina
Picha za ubora mbaya au za zamani

Lugha ya kuchochea machukio
"Serikali haiwezi kusema ukweli"
"Vyombo vya habari vinafiche ukweli"

"RASILIMALI ZA KUHAKIKI:"

- Africa Check (africacheck.org)
- Tanzania Fact-Check Initiative
- BBC Reality Check
- Snopes.com
- Google Reverse Image Search
- TinEye (reverse image search)

NYONGEZA C

MWONGOZO WA USALAMA WA KIDIJITALI KWA WANANCHI

Nyongeza hii inatoa mwongozo wa vitendo kwa wananchi wa kawaida jinsi ya kujilinda mtandaoni na jinsi ya kutumia mitandao ya kijamii kwa usalama.

C.1 KULINDA AKAUNTI YAKO

"Hatua za Msingi za Usalama:"

"1. Nywila Imara (Strong Password):"

✓ Tumia herufi kubwa na ndogo
✓ Tumia nambari na alama maalum
✓ Angalau herufi 12
✓ Usitumie nywila moja kwa akaunti nyingi
✓ Tumia Password Manager (LastPass, 1Password)

"2. Two-Factor Authentication (2FA):"

✓ Washa 2FA kwa akaunti zote muhimu
✓ Tumia app (Google Authenticator) si SMS
✓ Hifadhi backup codes mahali salama

"3. Angalia Akaunti Yako:"
✓ Kagua "Login Activity" mara kwa mara
✓ Ondoa vifaa usivyotumia
✓ Kagua "Connected Apps" na ondoa zisizohitajika

"4. Epuka Phishing:"
✓ Usiclick links za kushuku
✓ Hakiki URL kabla ya kuingiza nywila
✓ Usitoe nywila kwa mtu yeyote
✓ Serikali/Benki hazitaomba nywila kwa simu/email
C.2 KUTAMBUA NA KUEPUKA PROPAGANDA
"Jinsi ya Kujilinda Dhidi ya Propaganda:"

"1. Chunguza Kabla ya Kushiriki:"
✕ USIFANYE: Kushiriki kila kitu unachokiona
✅ FANYA: Hakiki kwanza, halafu shiriki

"2. Angalia Chanzo:"
✕ Akaunti mpya (wiki 1-2)
✕ Hakuna picha ya profile halisi
✕ Jina la ajabu (e.g., "Patriot2024Tanzania")
✕ Followers wachache lakini posts nyingi

"3. Angalia Ujumbe:"
✕ Lugha ya kuchochea
✕ "SHARE HARAKA!"
✕ Takwimu bila vyanzo
✕ "Serikali inafiche hii!"

"4. Tafuta Ushahidi:"
✅ Google Reverse Image Search

✅ Tafuta habari kutoka vyanzo vingi
✅ Angalia tarehe ya picha/video
✅ Soma makala yote, si kichwa tu

"5. Fikiria Kwa Kina:"

❓ Hii inanufaisha nani?
❓ Kwa nini wananipa hisia za hasira/hofu?
❓ Je, hii ni ya kweli au propaganda?

C.3 JINSI YA KURIPOTI PROPAGANDA

"Njia za Kuripoti Habari za Uongo:"

"1. Kwenye Mitandao ya Kijamii:"

- Facebook: Click "..." > "Report Post" > "False Information"
- Twitter/X: Click "..." > "Report Post" > "Misleading"
- TikTok: Long press > "Report" > "Misinformation"
- Instagram: Click "..." > "Report" > "False Information"

"2. Kwa Mamlaka:"

- "TCRA:" report@tcra.go.tz
- "Polisi (Cyber Crime Unit):" cybercrime@polisi.go.tz
- "Tanzania Fact-Check Initiative:" info@tanzaniafactcheck.org

"3. Toa Maelezo:"

- Screenshot ya ujumbe
- Link ya post
- Kwa nini unadhani ni uongo
- Ushahidi (kama unacho)

"Muhimu:" Ripoti propaganda, lakini usiripoti maoni tofauti. Kuna tofauti kati ya "habari za uongo" na "maoni nisiyokubaliana nayo".

C.4 KUTUMIA MITANDAO YA KIJAMII KWA BUSARA

"Mwongozo wa Matumizi Bora:"

"1. Dhibiti Muda Wako:"

- Weka mipaka (e.g., saa 1 kwa siku)
- Tumia app za kudhibiti muda (Screen Time, Digital Wellbeing)
- Zima notifications zisizo muhimu

"2. Chagua Content Nzuri:"

- Follow akaunti za elimu na habari za kuaminika
- Unfollow akaunti za kuchochea
- Tumia "Mute" kwa mada zinazokuchokoza

"3. Jilinde Kisaikolojia:"

- Kumbuka: Watu wanaonyesha maisha "mazuri" tu
- Usijilinganishe na wengine
- Chukua break ukihisi stress
- Zungumza na mtu ukihisi vibaya

"4. Uwe Mzalendo Mtandaoni:"

- Eneza ukweli, si uongo
- Uwe mfano mzuri
- Tetea wenzako dhidi ya unyanyasaji
- Jenga, usiharibu

"5. Kumbuka Usalama:"

- Usitoe taarifa za kibinafsi (nyumbani, shule, namba ya simu)
- Dhibiti privacy settings
- Fikiri kabla ya kutuma picha

- Kumbuka: Internet inakumbuka kila kitu

NYONGEZA D

RASILIMALI NA MAWASILIANO MUHIMU

Orodha ya mawasiliano na rasilimali muhimu kwa wananchi wanaohitaji msaada au taarifa zaidi.

D.1 MAMLAKA ZA SERIKALI

"Tanzania Communications Regulatory Authority (TCRA):"

📧 Email: dg@tcra.go.tz

📞 Simu: +255 22 2199760-6

🌐 Tovuti: www.tcra.go.tz

📍 Anwani: Mawasiliano House, Sam Nujoma Road, Dar es Salaam

"Tanzania Intelligence and Security Service (TISS):"

📧 Email: info@tiss.go.tz

📞 Simu: [Classified]

📍 Anwani: Dodoma

"Polisi - Cyber Crime Unit:"

📧 Email: cybercrime@polisi.go.tz

📞 Simu: 0800 110 800 (Toll Free)

🌐 Tovuti: www.polisi.go.tz

"Ofisi ya Rais - Mawasiliano:"

📧 Email: ps@ikulu.go.tz

📞 Simu: +255 22 2116898

🌐 Tovuti: www.ikulu.go.tz

D.2 MASHIRIKA YA JAMII YA KIRAIA

"Tanzania Youth Coalition:"

📧 Email: info@tanyoco.org

📞 Simu: +255 22 2700XXX
🌐 Tovuti: www.tanyoco.org

"Tanzania Media Foundation:"
📧 Email: info@tmf.or.tz
📞 Simu: +255 22 2134XXX
🌐 Tovuti: www.tmf.or.tz

"Legal and Human Rights Centre (LHRC):"
📧 Email: info@humanrights.or.tz
📞 Simu: +255 22 2773038
🌐 Tovuti: www.humanrights.or.tz

"Tanzania Fact-Check Initiative:"
📧 Email: info@tanzaniafactcheck.org
🌐 Tovuti: www.tanzaniafactcheck.org
📱 WhatsApp: +255 XXX XXX XXX
D.3 HUDUMA ZA AFYA YA AKILI
"Muhimbili National Hospital - Mental Health Unit:"
📞 Simu: +255 22 2150608
📍 Anwani: United Nations Road, Dar es Salaam
⏰ Masaa: 24/7 Emergency

"Mirembe National Mental Health Hospital:"
📞 Simu: +255 27 2754XXX
📍 Anwani: Dodoma
⏰ Masaa: 8:00am - 5:00pm

"Helpline ya Afya ya Akili (Toll Free):"
📞 Simu: 0800 110 900
⏰ Masaa: 24/7

💬 Huduma: Ushauri wa bure kwa Kiswahili na Kiingereza

"Online Counseling:"
🌐 Tovuti: www.mentalhealthtz.org
📧 Email: help@mentalhealthtz.org
D.4 RASILIMALI ZA ELIMU MTANDAONI
"Kujifunza Kuhusu Usalama wa Kidijitali:"

"1. Google Digital Skills for Africa:"
🌐 https://learndigital.withgoogle.com/digitalskills/
📚 Masomo ya bure kuhusu usalama mtandaoni

"2. Facebook Safety Center:"
🌐 www.facebook.com/safety
📚 Mwongozo wa kutumia Facebook kwa usalama

"3. Common Sense Media:"
🌐 www.commonsensemedia.org
📚 Mwongozo kwa wazazi na vijana

"4. Africa Check:"
🌐 www.africacheck.org
📚 Fact-checking kwa Afrika

"5. BBC Media Action:"
🌐 www.bbc.co.uk/mediaaction
📚 Media literacy resources

"Kujifunza Kuhusu Propaganda:"

"1. First Draft News:"

🌐 www.firstdraftnews.org
📚 Jinsi ya kutambua habari za uongo

"2. Bellingcat:"
🌐 www.bellingcat.com
📚 Digital investigation techniques

"3. NATO StratCom COE:"
🌐 www.stratcomcoe.org
📚 Research kuhusu propaganda
D.5 VYOMBO VYA HABARI VYA KUAMINIKA
"Vyombo vya Habari vya Tanzania:"
- The Citizen (www.thecitizen.co.tz)
- Mwananchi (www.mwananchi.co.tz)
- The Guardian Tanzania (www.ippmedia.com)
- Daily News (www.dailynews.co.tz)
- Jamvi La Habari (www.jamvilahabari.co.tz)

"Vyombo vya Habari vya Kimataifa:"
- BBC Swahili (www.bbc.com/swahili)
- VOA Swahili (www.voaswahili.com)
- DW Swahili (www.dw.com/sw)
- Al Jazeera (www.aljazeera.com)
- Reuters (www.reuters.com)

"Fact-Checking Sites:"
- Africa Check (www.africacheck.org)
- Snopes (www.snopes.com)
- FactCheck.org (www.factcheck.org)

"Muhimu:" Hata vyombo vya habari vya kuaminika vinaweza

kukosea. Daima soma kutoka vyanzo vingi kabla ya kuamini.

20

NYONGEZA:E

NYONGEZA E

MSAMIATI WA ISTILAHI MUHIMU

Orodha ya istilahi muhimu zilizotumika katika kitabu hiki na maana zake.

Algorithm: Mfumo wa kompyuta unaofanya maamuzi kuhusu content gani kuonyesha kwa mtumiaji. Mitandao ya kijamii hutumia algorithms kuamua unachoona kwenye feed yako.

Astroturfing: Kuiga maandamano au harakati za wananchi wakati kwa kweli ni kampeni iliyopangwa na kulipwa na taasisi au serikali.

Bot: Akaunti ya uwongo inayoendeshwa na kompyuta, si mtu halisi. Hutumika kueneza propaganda kwa wingi.

Coordinated Inauthentic Behavior: Matumizi ya akaunti nyingi za uwongo kwa mpango mmoja wa kueneza propaganda au kudanganya watu.

Deepfake: Video, sauti, au picha iliyotengenezwa kwa AI kuonyesha mtu akisema au kufanya kitu ambacho hakukifanya.

Disinformation: Habari za uongo zinazoenezwa kwa

makusudi ili kudanganya watu.

Fact-Checking: Mchakato wa kuhakiki ukweli wa dai au habari kwa kutumia ushahidi na vyanzo vya kuaminika.

Hybrid Warfare: Vita vinavyochanganya mbinu za kijeshi na zisizo za kijeshi (propaganda, cyber attacks, uchumi) ili kufikia malengo ya kisiasa.

Information Literacy: Uwezo wa kutambua, kupata, kutathmini, na kutumia habari kwa ufanisi.

Information Warfare: Matumizi ya habari kama silaha ya kupambana na adui, ikiwemo propaganda, habari za uongo, na cyber attacks.

Metadata: Taarifa kuhusu data - kwa mfano, wakati picha ilichukuliwa, mahali, na kwa kifaa gani.

Misinformation: Habari za uongo zinazoenezwa bila makusudi - mtu anadhani ni kweli lakini si kweli.

Propaganda: Habari au taarifa zinazoenezwa kwa makusudi ili kuathiri maoni ya watu kwa njia fulani.

Rare Earth Elements (REEs): Madini adimu yanayotumika katika teknolojia ya kisasa (simu, kompyuta, silaha). Tanzania ina akiba kubwa.

Regime Change: Kubadilisha serikali ya nchi kwa njia isiyo ya kawaida - mara nyingi kwa msaada wa nchi za nje.

Swarming: Mbinu ya kushambulia mtu au fikra kwa wingi wa watu (au bots) kwa wakati mmoja ili kumzamisha.

Troll Farm: Ofisi ambapo watu (au bots) wanalipwa kueneza propaganda mtandaoni.

Two-Factor Authentication (2FA): Njia ya ziada ya kulinda akaunti yako - unahitaji nywila NA kitu kingine (kama code kutoka kwa simu yako).

Victimhood Strategy: Mbinu ya kujifanya mhasiriwa ili kupata huruma na msaada, hata kama wewe ndiye uliyeanza mgogoro.

KUHUSU MWANDISHI

"Sado Faraji" ni mwandishi, mtafiti, na mwanaharakati wa usalama wa kitaifa. Amejihusisha kwa miaka mingi katika kuchunguza masuala ya usalama wa habari, vita vya kidijitali, na athari za teknolojia kwa jamii za Kiafrika.

Faraji ameandika vitabu kadhaa ikiwa ni pamoja na:

• ""Tanzania Dini: Mbinu za Kijasusi za Kuvunja Mshikamano wa Kitaifa"" (2026)

• ""Mtego wa Kafara: Jinsi Vijana Walivyogeuzwa Silaha Dhidi ya Taifa Lao"" (2026)

Kazi yake hizi mbili hazijachapishwa kutokana na umuhimu wake, Kazi zingine zinechapishwa kwenye platforms mbalimbali ya kimataifa na amepata kujisomesha kwenye taasisi na vyombo mbalimbali, pia vyombo vya habari kuhusu usalama wa kidijitali na kupambana na propaganda.

Faraji ni mzawa wa Tanzania na anaishi Dar es Salaam.

"Mawasiliano:"

📧 Email: sadofaraji@protonmail.com

🐦 Twitter: @SadoFaraji

📘 Facebook: Sado Faraji Official

"Onyo:" Kwa sababu za usalama, mwandishi hutumia jina la kalamu. Utambulisho wake halisi unajulikana na mamlaka husika.

UKURASA WA NYUMA(nasubiri majibu)

"“Mtego wa Kafara” ni kitabu muhimu kwa kila Mtanzania anayetaka kuelewa jinsi vita vya habari vinavyofanya kazi na jinsi ya kujilinda.”"

— Prof. Issa Shivji, Mwanasheria na Mwanaharakati

"“Uchambuzi wa kina na wa kisayansi wa matukio ya Oktoba 29. Kitabu hiki kinapaswa kusomwa na kila kiongozi, mwalimu, mzazi, na kijana.”"

— Zitto Kabwe, Mbunge(nasubiri majibu)

"“Faraji ameandika kitabu ambacho kitabadilisha jinsi tunavyofikiri kuhusu usalama wa kitaifa katika enzi ya kidijitali.”"

— Elsie Eyakuze, Mwandishi na Mwanaharakati (nasubiri majibu)

—-

Tarehe 29 Oktoba 2024, Tanzania ilishuhudia machafuko ambayo yalisababisha hasara ya trilioni moja na kuua watu watatu. Lakini hii haikuwa tu “maandamano ya vijana” - ilikuwa “shambulio la habari” lililokuwa limepangwa vizuri, lenye fedha, na lenye malengo ya kisiasa.

Katika kitabu hiki cha kuvutia na chenye uchunguzi wa kina, Sado Faraji anafunua:

- Jinsi propaganda ya kisasa inavyofanya kazi
- Kwa nini vijana walilengwa
- Nani alinufaika na machafuko
- Jinsi Tanzania inavyoweza kujilinda

"Toleo hili lililoboreshwa" linajumuisha:

✓ Ushahidi mpya wa kidijitali
✓ Uchambuzi wa Starlink na usalama wa kitaifa
✓ Takwimu za kina za hasara
✓ Mwongozo wa vitendo wa kujilinda mtandaoni
✓ Mapendekezo ya sera kwa serikali

Hii si hadithi ya kuogofya - ni "wito wa kutenda". Kitabu hiki kinaonyesha jinsi Tanzania inavyoweza kujenga kizazi chenye uwezo, chenye ulinzi, na chenye uwezo wa kuongoza taifa letu kuelekea ustawi na usalama.

"Soma. Elewa. Tenda."

—-

"ISBN:" 978-9987-XXXX-XX-X
"Bei:" TZS 25,000
"Kurasa:" 450+
"Lugha:" Kiswahili

"Chapishwa na:" Tanzania Publishing House
"Mwaka:" 2026

"Patikana:" Maduka yote makubwa ya vitabu Tanzania na mtandaoni kwa www.mtegowakafara.co.tz

www.ingramcontent.com/pod-product-compliance
Lightning Source LLC
LaVergne TN
LVHW090407210926
848480LV00002B/485